कवडसे

प्राध्यापिका मंगल गोगटे

BlueRose ONE
Stories Matter

First Published in January 2023

ISBN: 978-93-5704-823-1

BLUEROSE PUBLISHERS

www.BlueRoseONE.com

info@bluerosepublishers.com

+91 8882 898 898

Illustrator (pencil sketches):

Shree Ba

Cover Designer

Muskan Sachdeva

Typographic Design:

Rohit

Address:
Prof. Mrs. Mangal Athavale Gogte
16 Angelina 735 Babrekar Marg Dadar west
Mumbai 400028

e-mail:
mangalgogte@gmail.com

Phone:
9820000024

Distributed by: BlueRose, Amazon, Flipkart

माझे आई – वडील, बहिण - भाऊ व माहेरची माणसं

आणि

माझ्या शालेय मैत्रिणींना हे पुस्तक अर्पण

मनोगत

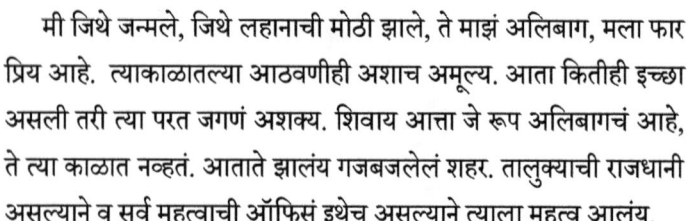

मी जिथे जन्मले, जिथे लहानाची मोठी झाले, ते माझं अलिबाग, मला फार प्रिय आहे. त्याकाळातल्या आठवणीही अशाच अमूल्य. आता कितीही इच्छा असली तरी त्या परत जगणं अशक्य. शिवाय आत्ता जे रूप अलिबागचं आहे, ते त्या काळात नव्हतं. आताते झालंय गजबजलेलं शहर. तालुक्याची राजधानी असल्याने व सर्व महत्वाची ऑफिसं इथेच असल्याने त्याला महत्व आलंय.

मुंबईहून काही मिनीटात इथे येता येत असल्याने व समुद्रकिनारी घर घेता येत असल्याने सिनेजगतातील लोकांनी इथे घरं करून राहायला सुरूवात केली आणि इथल्या जमिनीचे भाव आकाशाला भिडले. अलिबागवासीयांनी पैशाच्या मोहाने त्यांच्या जमिनी विकल्या. आणि मग कुणा एकेकाळी “अलिबागसे आया क्या रे?“ असं तुच्छतेने विचारणारी मंडळी आता “अरे वा ! अलिबागच्या का तुम्ही?” असं आदरयुक्त बोलू लागली. एकूण अलिबागच्या नाव लौकिकात आणखी पिसे लागत राहिली. आज नवीन चमचमीत चकचकीत भासणारं अलिबाग पूर्वी होतं तरी कसं, याची थोडी तरी झलक नवीन लोकांना मिळावी, म्हणून ही पुस्तक लिहीण्याची धडपड.

कृषीवलचे त्या वेळचे संपादक श्री. इब्राहम अफ़गाण यांना माझी कॉलमची कल्पना आवडली आणि जानेवारी 2022 पासून, दर रविवारी मी अलिबागकरांच्या भेटीला जाऊ लागले. त्यानंतर श्री राजेंद्र साठे संपादक झाले, पण त्यांनीही माझं सदर चालू राहू दिलं व पुढे पुस्तक करण्यासही अनुमती दर्शवली. या दोघांचेही खूप खूप आभार. याशिवाय त्यांच्या सदर छापण्यामुळे अनेक वाचकांनी त्यांचे अभिप्राय कळवले. त्यामुळे लिहीण्याचा माझा उत्साह अबाधित राहिला. नव्याने ओळखी झाल्या. ऑगस्ट 2022 पर्यंत मी लिहीत राहिले. या पुस्तकातील सगळे लेख कृषीवलने इथे आहेत त्याच क्रमाने अलिबागकरांच्या नजरेखाली आणले.

या पुस्तक लिहिण्यात मला सर्वात जास्त मदत लागली ती माझ्या आठवणीतले गाळलेले शब्द भरण्याची आणि ते काम करण्यात मला मोठ्ठी मदत झाली ती माझ्या आईची (श्रीमती शीला आठवले) आणि भावाची (विजय आठवले). माझ्या शाळेतल्या मैत्रिणींनही मला वेळोवेळी मदत केली. यासाठी मी या सगळ्यांची अत्यंत ऋणी आहे. 'चित्रपतंग' चे कर्ताधर्ता श्रीनिवास आगवणे यांनी माझ्या आठवणीतील वस्तूंना व गोष्टींना योग्य रेषारूप दिलं, याबद्दल त्यांचेही खूप आभार. महत्वाचे कार्यसोबती ब्लू रोझ पब्लिशर्स यांचेही मनापासून आभार.

अनुक्रमणिका

आमची घरं

मी अलिबागकरीण. मी दिसायला मुंबईकरीण असले तरी माझा पाया पक्का अलिबागेतच झाला आणि आत्म्यानेही तिथेच आकार घेतला. म्हणून प्रथम मी अलिबागकरीण. आता अलिबाग मधे रहाते ती माझ्या पुढच्याच्या पुढची पिढी.

आता ती रहाते नवीन घरात. तिथे जातानाच जुन्या सा-या वस्तू फेकून दिल्या गेल्या. जातं, पाटा – वरवंटा, उखळ, बंब, पितळेची बादली, तांब्याचं घंगाळ, हंडा, कळशी, पिंप, पितळेचे डबे .... अशा अगणित गोष्टी. आणि हे फक्त आमच्या घरानेच नाही तर अनेक घरांनी हेच केलं असणार. छान चकचकीत रंगीबेरंगी अशा नवीन वस्तूंच्या चमकणा-या दुनियेनं ही करामत केली. आता जुन्या वस्तू शोभेच्या म्हणून लहान स्वरूपात चकचकीत करून शोसाठी बाहेरच्या हॉलमधे ठेवलेल्या असतात.

त्याच बरोबर घरांची घाटणीही बदलली. पूर्वीची मोठी जमिनीवर पसरलेली घरं जाऊन लहान टुमदार, झाडांचे शेंडे जरा जास्त जवळून पाहणारी घरं जन्माला आली. ती देखील मोठ्या तीन, चार वा त्याहीपेक्षा जास्त मजल्यांच्या इमारतीत. अलिबाग च्या कोणत्याही रस्त्यावरून चालत गेलं तरी दोन्ही बाजूंनी दिसणारी, फार तर एखादा मजला असलेली साधी कौलारू घरं हळूहळू हरवली. जुन्याचा गंध देखील नसणारी. जुन्या घरांना असायच्या गजांच्या खिडक्या. त्यापेक्षाही आकाराने ब-यापैकी मोठ्या आणि संख्येने ही जास्त खिडक्या असणारे फ्लॅटस बनले आता. पूर्वी खिडक्यांना पाखं असायची, आता सरकत्या काचेच्या खिडक्या ! पूर्वी भक्कम दरवाजे असायचे आता छान दिसणारे कमी भक्कम असे असतात. परंतु तेव्हाची घरं जरा कोंदट असत, आता आमचं घर तीन बाजूंनी मोकळं आहे. भरपूर हवा खेळते आहे आणि उजेडही उदंड आहे. बांधताना अनेक सोयींचा विचार केला गेला आहे. पण ते

घर त्या पुढच्या पिढीचं जास्त आहे आणि माझं कमी. कोणजाणे कदाचित जुन्या सा-याच लोकांना तसंच वाटत असेल. आमचं जुनं घर आता 100 वर्षांपेक्षा जुनं आहे. तरी भक्कम आहे. नवीन घर तितकी वर्ष पाहिल का?

स्टीलची चकचकीत भांडी आली, सिमेंट, मार्बल, स्टील व काचांची धरं आली आणि त्यात मातीचुन्यात बांधलेली कौलारू पर्यावरण पूरक घरं हरवली. मंगलोरी आणि नळीची कौलं दिसेनाशी झाली. कौलं चाळणारी माणसं तर गायबच झाली. त्यातून पडणारे कवडसेही हरवले आणि कौलांमधून सहज घरात शिरणा-या पाली वा झुरळं यांना नवीन पिढीच्या गृहिणी त्यांना घाबरू लागल्या. पालींना लक्ष्मी मानणं नाकारू लागल्या.

प्रत्येक घराला अंगण असे त्यामुळे आवडीची झाडं तिथे लावली जात. ती कधी घरात शिरली नाहीत. पारीजातकाच्या फुलांशी माझी घट्ट मैत्री तिथेच झाली. थोड्या उशीरा संध्याकाळी पांढरी शुभ्र चांदण्यांची फुलं एवढा सुगंध पसरवत असत, जो माझ्या नाकाच्या व मनाच्या जिव्हाळ्याचा झाला होता. आता कुठेही त्या फुलांचा दरवळ आला तर मन तरतरीत होतं आणि डोळे त्या सुगंधाचा मालक शोधण्यासाठी भिरभिरतात. माझं घर जवळ आहे असं भासतं आणि मुंबईचं टीचभराचं घर क्षणभर का होईना पण विसरायला होतं. आमचं अंगण तसं फार मोठं नव्हतं पण तरीही तिथे केळीची, पपयाची झाडं होती आणि ज्याच्या मनात येईल ते झाड वा त्याच्या बिया तेथे लावण्याची मुभा होती.

आता जसजशी फ्लॅट संस्कृती हातपाय पसरू लागली तसतशी अंगणं आपोआपच विरत गेली. घरांच्या भोवती असणारी पारिजातक, तगर, शेवंती, सदाफुलीची व जास्वंदाची झाडं आणि सायली, जुई, मधुमालती, चमेली असल्या वेली, त्या जुन्या घरांबरोबरच नामशेष झाल्या.

प्रत्येक घराचं अंगण सर्वसमावेशक होतं. दिवाळीच्या रांगोळ्या तिथेच काढल्या जायच्या. उन्हाळ्यातली वाळवणं तिथेच पसरून बसायची. चिंच

घरचीच होती. ती फोडून चांगली वाळवली की ती टाकळण्याचं काम करायचं आणि नंतर तिला मीठ लावत त्याचे गोळे बनवायचे. अशा कितीतरी आज कठीण वाटणा-या गोष्टी मी त्यावेळी सहज शिकले आहे. गहू, डाळी, लाल चवळी, वाल अशी कितीतरी धान्य तेव्हा साठवली जात. मोठमोठ्या पिंपांमधे साठवली जात. अगदी मीठ सुध्दा. शिवाय मुरांबा, गुळांबा, लोणची, इत्यादि असेच चिनी मातीच्या बरण्यांमधे. लहानपणीच्या खेळांनाही तेवढं लहानसं अंगण पुरेसं व्हायचं. जमीन सारवण्यातलं कौशल्य तिथेच शिकलं व दाखवलं जायचं. सकाळी पारीजातकाचा सडा देखील तिथेच पडायचा. पारीजातकाच्या फुलांचा हार बनवणे हेही असायचच. रांगोळी काढायचा प्रयत्नही तिथेच करायचा. आम्हा मैत्रिणींची रंगपंचमी तिथेच साजरी व्हायची आणि कधी वडिलांनी घराबाहेर उभं राहण्याची शिक्षा केली की जास्वंदीचं झाड आणि अंगणच हात पसरून जवळ घ्यायचं.

विहीरी तर कुठे गेल्या कोणजाणे. सारी गावकी आपापल्या विहीरीचं पाणी पित असे. पाण्याचे सगळे व्यवहार त्याच पाण्याने होत. आता पिण्यालायकीचं पाणी कमी झालं. आम्ही जेवायला बसलो की आजोबा सांगत, "जा ग जरा विहीरीचं ताजं थंड पाणी आणा." मग कुणीतरी ते आणत असे व आमचं जेवण त्या थंडगार पाण्याने सजत असे. पाणी शुध्द करायच्या हेतूने दरवर्षी या विहीरीत पोटॅशियम परमॅगनेट टाकलं जायचं. आणि दरवर्षी आमच्या पोटातही किमान एकदा तरी जंतांचं औषध जायचंच. शिवाय विहीरीचं पाणी पिण्यासाठी भरताना ते कापडातून गाळून घेतलं जाई. आता प्यायचं पाणी नळाने येतं आणि ते स्वच्छ करण्यासाठी घरोघरी ॲक्वागार्ड वा आर ओ फिल्टर बसवलेले दिसतात. विहीर लहानशी होती आमची. पण पाणी कधी कमी पडलं नाही. एकदा तर मुंबईत पाण्याची खूप कमतरता झाली तेव्हा माझ्या मुंबईच्या आत्त्या त्यांच्या मुलांसह अलिबागला येवून राहिल्या होत्या. तरीही त्या विहीरीचं पाणी कमी पडलं नव्हतं. त्या म्हणायच्या पाणी मचूळ लागतंय, पण त्या पाण्यानेच तर हात दिला होता त्या कठीण काळात.

आमच्या कौलारू घरात कुठेतरी एखादा कवडसा पडायचा. दिवसाच्या वेळेनुसार व छपराच्या दिशेनुसार तो काहीवेळ राहायचा घरात. पण तसं सगळ्याच घरांमधे कुठेना कुठे तो हजेरी लावतच असे. अप्रूप असं काही नव्हतंच त्याच्या त्या असण्याचं वा दिसण्याचं. आता सिमेंटच्या घरांमधे ते औषधालाही सापडत नाहीत. त्यासाठी आधी कौलारू घर हुडकावं लागेल. चुकून तो दिसलाच तर त्याच्या दर्शनासाठी लोक जमतील, कौतुक करतील, मुलांना आवर्जून दाखवतील. तर आपण पूर्वी हौसेने बनवलेल्या गोष्टी हरवल्याच, पण ज्यावर आपला फारसा अंमल नाही असा जमिनीवरचा हिरवा व आकाशाचा निळा रंग, तो देखील थोडासा हरवून बसलोय की काय असं मला कायमच वाटतं.

******

घरातच

पडवी हा शब्द आजच्या मुलांच्या ओळखीचा नाही. खरं तर फक्त शहरात वाढलेल्या आणि कुठल्याही खेड्यात मुळं नसलेल्या मुलांच्या व अगदी लहान मुलांच्या शब्दकोशातही नाही. पडवी प्रमाणेच ओटी, माजघर, बाळंतिणीची खोली, स्वयंपाकघर अशा खोल्या असायच्या, यापेक्षा घराचे सोयीसाठी भाग केलेले असायचे असं म्हणू आणि वरच्या मजल्यावर झोपायच्या खोल्या. तरीही माझी आई सांगते ते थारळं, वाहन हे भाग मी फारसे कुठे पाहिलेले नाहीत. बाथरूम आणि संडास हे घराबाहेरच असतं. बाथरूम जरा जवळ आणि संडास थोडा दूर. अनेक कुटुंबांमधे तर घराबाहेरच्या धोंडीवर (एक बसण्याइतका मोठा काहीसा पसरट सपाट काळसर दगड) असून आंघोळ करण्याची पध्दत होती. सगळी लहान मुलं तर रोज सकाळी तिथेच शुचिर्भूत होत. बायका देखील उभं लावून (लुगडं वा साडी अंगाला गुंडाळण्याची एक पध्दत) आणि पुरूष पंचा गुंडाळून अर्ध उघड्या न्हाणीघरात आंघोळ उरकत. हे असं आमच्या घरी कधी नव्हतं. पण श्रीवर्धनला आमच्या आजीकडे असे. आम्ही बहिणी सुटीला अलिबागला गेलो की माझे वडील सगळ्या नातवंडांना त्या धोंडीवर एका लायनीत उभे करून त्यांचा आंघोळीचा कार्यक्रम एकत्रच उरकून टाकत.

आताच्या बाथरूमांएवढी चकचकीत नसली तरी आमच्याकडे अतिशय सुंदर, मोठी आणि आत धोंडी असलेली बाथरूम होती. आत दोन कोनाडेही होते, ज्यांचा उपयोग आम्ही साबण वा इतर गोष्टी ठेवण्यासाठी करत असू. आणि आताच्या मुलांनी हेवा करावा अशी पितळेची बादली आणि तांब्याचं घंगाळ होतं. अधून मधून दोन्ही घासून लखलखीत केलं जाई तेव्हा आताच्या प्लास्टीक च्या रंगीबेरंगी वस्तूंच्या थोबाडीत मारतील इतके सुंदर दिसत दोन्ही. आता त्या धातूंचं कौतुक आणि गुणधर्म गाणा-यांना अप्रूप वाटावं. शिवाय या वस्तू रात्री सुध्दा घराबाहेरच पडलेल्या असत, तरी कधी त्या चोरून न्याव्यात

असं मनात नाही आलं कुणाच्या. आमच्याही कधी मनात नाही आलं तसं. मनं शुध्द तेव्हाची म्हणून बहुधा. दहा वर्षांपूर्वी आमच्या मुंबईच्या घराच्या बाहेरच्या दाराची पितळेची कडी, घरी कुणी नाहीसं पाहून, कुणीतरी उसकून काढून नेली. काय ही प्रवृत्ती !! माझ्या अलिबागी मनाला फार कीव येते अशा लोकांची. कधी रागही येतो.

इतर अनेक घरांप्रमाणे आमच्याकडे एक बंब होता, आंघोळीसाठी पाणी तापवायला, तांब्याचा. पहिला बंब आई वा वडील लावत बहुधा. नंतर जो पाणी घेईल आंघोळीसाठी त्याने दुस-या पाण्याची भर घालायची. फाटी घालायची. नकळत किती शिकवलं त्या बंबाने. आपल्यासाठी कुणी हात देत असेल तर आपण पुढच्याला हात द्यायचा! त्यात घालण्यासाठी लाकूडफाटा आणलेला असे. विहीरीच्या वर एक माळा बांधलेला होता, तिथे तो साठवला जाई. वर चढण्यासाठी एक साधी शिडी होती. पावसापाण्यापासून संरक्षित जागी तो असे. लागेल तसा कुणीही काढून आणत असे. त्या जागेलाही बंद करायला दरवाजा नव्हता. संध्याकाळी तिथे जायला मन चाचरत असे. परंतु एक मोठं आकर्षण त्या शिडीवर चढायला भाग पाडी. अंगणातल्या प्राजक्ताच्या झाडाच्या एक दोन फांद्यांना तिथून हात पोचत असे. संध्याकाळी त्याच्या चांदणी कळया उमलू लागल्या आणि मंद मंद सुवास पसरवू लागल्या की माझं मन माझ्याआधी त्या शिडीवर पोचत असे. एकदा का वर चढून तिथली काही नाजुक फुलं खाली आणली की जेवणाच्या टेबलावर ठेवलेली ती फुलं तो स्वर्गीय सुवास घराच्या कोप-याकोप-यात पोचवत. सकाळ होईपर्यंत झाडावरची फुलं रात्रभर आजूबाजूच्या परीसरात सुगंध पसरवून दमून जात व त्यामुळे त्यांचा नाजुकपणा हरवून जाई. आता ही फुलं देखील क्वचितच दिसतात सिमेंटी अलिबागेत.

आमच्या घरात साठवणीसाठी खूप जागा होती. ती गरजेची असावी तेव्हा कारण पावसाळ्यात फार काही भाज्या व सगळ्या वस्तू मिळत नसत. आमच्याकडे पिकणारे औषधी, आता भौगोलिक नामांकन मिळालेले पांढरे

कांदे, आम्ही वर्षभरासाठी साठवून ठेवत असू. कारण उन्हाळा संपला की ते मिळत नसत. आमच्या वरच्या मजल्यावरही एक माळा होता. तो खास साठवणीसाठीचा होता. एका बाजूला एक बाकडं सदृश्य सामान होतं त्यावर मोठ्या चीनी मातीच्या बरण्या ठेवलेल्या होत्या. त्यात मीठ, लोणची, गुळांबा, मोरंबा आणि चिंचेचे गोळे साठवले जात. बाजूला पत्र्याची लहान पिंप, व्यवस्थित झाकणं असलेली. त्यात पावसाळ्यात पुरतील एवढे गहू, डाळी असं भरलं जाई. दुस-या बाजूने छप्पर एवढं खाली होतं की तिकडे काहीच ठेवलं जायचं नाही. रोज रात्री जेवताना पांढरा कांदा कापून समोर ठेवलेला असे. त्यातला हवा तसा प्रत्येकाने घ्यायचा. ते तसं खाणं तब्येतीसाठी खूप चांगलं, असं काही माहित नव्हतं, पण आवडतो म्हणून खाल्ला जायचा. कांद्याच्या माळा कित्येक वर्ष आमच्या मुंबईच्या तीन आत्यांसाठी माझे वडील स्वत: भेट म्हणून घेवून जात असत. दुकानासाठीच्या कापडांची जी गासडी येई त्याला असलेल्या बारदानात प्रत्येकीसाठीचे कांदे गुंडाळले जात असत.

घरात तांदूळ ठेवण्यासाठी एक कणगा होता. एका खोलीत फक्त तेवढाच असे. विणलेल्या बांबूच्या पातळ सालांचा गोलाकार बनवून तो जमिनीवर ठेवलेला असे आणि आतल्या पोकळ भागात भात साठवलं जायचं. मग लागेल त्याप्रमाणे ते घरीच कांडलं जायचं. मी माझ्या आईला उखळीत भात कांडताना पाहिलेलं आहे. त्यात भात साठवलं जायचं, तेव्हा घरी ते उखळीत कांडलं जायचं. नंतर त्या भाताचे तांदूळ करण्याचं काम करण्यासाठी गिरणीत पाठवलं जाऊ लागलं. कणग्यात तांदूळ साठवले जात. त्यातून उंदीरांना तांदूळ खाताना पाहिलं आहे मी. काठी घेवून त्यांच्या मागे लागले की आजोबा म्हणत, "अगं त्यांचा पण वाटा असतो त्यात. घरातले आहेत ते आपल्या. ...." मला त्यांच्या तत्वज्ञानाचा राग येई. पण त्या काळात मोठ्या माणसांचा कितीही राग आला तरी तो दाखवण्याची पध्दत नव्हती. तो गिळणं हाच चांगला मार्ग होता. आणि आता विचार करता ते तत्वज्ञानही किती थोर होतं !

आता माझ्या घरात जेमतेम एका महिन्याचं सामान भरलं जातं. आता जवळजवळ सगळ्याच घरात हीच परीस्थिती आहे म्हणा. अगदी अलिबागेत सुध्दा. आमच्या मागच्या दारी केळीची, पपईची अशी झाडं होती. केळीचं तर विशेष हे होतं की ती लाल सालींची होती. छान मोठी असायची ती. लोंगरही मोठं असायचं. तयार व्हायला झालं की ते आणून घरात छताला बांधलं जायचं. आणि मग काही दिवसातच ते तयार व्हायला लागे. त्यासाठी आताच्या बाजारात मिळणा-या केळ्यांसारखं जबरदस्तीने पिकवलेलं नसायचं. मला तर वाटतं की तेव्हा बाजारातही पिकलेली केळी मिळत, पिकवलेली नाही. आजोबा मागे लागत 'केळी खा.' 'केळी खा' आणि आम्ही मग आईच्या मागे लागायचो, 'बाजारात किती छान हिरव्या सालीची केळी मिळतात ती आण की. सारखी हीच किती खायची.' आणली नाहीत कधी बाजारातून हिरव्या सालीची. पण आता कधी दिसली लाल सालीची केळी बाजारात आणि जुन्या आठवणीखातर ती घ्यायची म्हटलं तर त्यांचा भाव ऐकूनच घाबरायला होतं.

लहानपणी सहजपणे काय मिळत होतं ते आत्ता कळतंय.

******

भाईचारा असलेली बाजारपेठ

आमचं घर होतं बाजारपेठेत. आता अगदी लहान रस्ते असलेली आणि अत्यंत गर्दी असलेली जागा आहे ती. पण त्यावेळी काही खास वेळा सोडल्या तर फार गर्दी नसे तिथे. आता आहे त्यापेक्षा आणखी लहान रस्ता होता, पण त्यावर आमचे सगळे व्यवहार व्यवस्थित होत. बाजारपेठेत ब्राम्हणांची जी अगदी मोजकी घरं होती, त्यात आमचं घर होतं. आताही परिस्थिती खूप वेगळी नाही. माझ्या शाळेतल्या मैत्रिणींपैकी जवळपास कुणीच रहात नव्हतं. त्यातल्या त्यात माझी मैत्रिण मीरा पळणीटकरचं घर जवळ. आमच्या घराची मागची बाजू त्यांच्या वाडीला लागत असे. मोठी वाडी होती त्यांची. बाहेरून रस्त्याने गेलं तर मारूती नाक्याच्या आधी तिचं घर लागत असे.

तर आमच्या समोरचा रस्ता अगदी लहान होता तरी आम्हाला तो पुरेसा होता. त्या वेळेच्या परंपरेला धरून तिथून बैलगाड्या, छकडे, सायकली इत्यादी आरमशीर जाई. गरज पडली तर त्यापैकी कुणी त्याच रस्त्यावर जरा बाजूला थांबतही असे. तरीही तिथे गर्दी होते आहे, असं कधी वाटलं नाही. आता तर कधी कधी रिक्षा तरी न थांबता जाईल का रस्ता पार करून असं वाटतं. शिवाय आता त्याला बाजारपेठ का म्हणावं असाही प्रश्न आहे. कारण ज्यामुळे त्या भागाला बाजारपेठ असं नाव पडलं असावं ती 'बाजार' या नावाची इमारत देखील आता अस्तित्त्वात नाही आणि तशी तर दुकानही आता फक्त तिथे नाहीत.

रस्त्याच्या एका टोकाला असलेली ही 'बाजार वा मार्केट' ची इमारत तशी मध्यवर्ती समजावी अशी होती. या प्रशस्त इमारतीचं प्रवेश व्दार मोठं होतं. आत जाताना दोन्ही बाजूनी दुकानं होती आणि आतही कितीतरी जण भाजी विकायला बसत. शिरल्यावर डाव्या बाजूला एक दुकान होतं. बाकी मंडळी अशीच बसत. विकणारे बाजूने बांधलेल्या ओट्यावर बसत आणि विकत

घेणारे जरा खालून चालत. आश्चर्य म्हणजे या इमारतीला दोन वरचे मजले देखील होते, जे कुणिही वापरताना मी पाहिलेले नाहीत. एखाद्या मंदिरातल्या मोठ्या मंडपाला असावा तसे, म्हणजे चारही बाजूने वर गॅलरी आणि मधे रिकामी जागा छप्परापर्यंत, अशी एखाद्या देवळाला असावी तशी होती रचना. शिवाय इमारतीतून बाहेर पडण्यासाठी मागूनही एक दार होतं. मला तर अनेकदा वाटे की ही इमारत देवळासाठी म्हणून तर बनवली नसावी? लक्ष्मीदास शेठ यांनी 1875 साली ही बांधली तेव्हाची त्यांच्या मनातली गोष्ट, त्यांना आता कशी विचारणार? ही मजबूत दगडी इमारत नंतरच्या काळात का पाडली असावी (1980), हा कायमच मला पडलेला प्रश्न. इतर भाजीवाले त्या इमारतीच्या आजूबाजूला बसत. (नंतरच्या काळात बाहेर एक सिमेंटी वास्तू उभी केली होती.) आजही डोळ्यासमोर उभी रहाते ती नारळीपौर्णिमेच्या दिवशी दगडी इमारतीच्या मागच्या दरवाजापाशी चालणारी, खूप सारे प्रेक्षक असणारी, नारळफोडीची स्पर्धा. आता भाजीवाल्यांची विक्रीची जागा बदलली आहे. आता एस टी स्टॅन्डच्या आजूबाजूच्या परीसरात रस्त्याच्या दोन्ही बाजूने बरेचसे भाजीवाले बसतात, निराश्रितांसारखे !

या दगडी इमारतीत सार्वजनिक गणपतीची स्थापना होत असे, दहा दिवसांसाठी. बाजारपेठेतील व्यापारी वर्गणी काढून हा उत्सव 1962 पासून साजरा करत आहेत. आताच्या काळात, हा उत्सव कुठे होतो हे पाहण्याची वा विचारण्याची मला वेळ आलेली नाही. पापाभाई पठाण, तुकाराम दळी, पारेख अशा काही लोकांच्या पुढाकाराने हा ऊत्सव चालू झाला. यातही पापाभाई पठाणांचा वाटा मोठा होता. हिंदु व मुस्लीम किती गुण्यागोविंदाने रहात होते त्याचं हे उदाहरण. नंतरच्या काळात तिथल्या चौकाला नाव देण्याची वेळ आली तेव्हा सगळ्या जनतने एकमताने पापाभाईंचं नाव देण्याचं ठरवलं. या काळातली माझ्या लक्षात राहिलेली व त्यावेळी खूप उत्साहाने होत असलेली गोष्ट म्हणजे रस्त्याच्या मधे पडदा बांधून त्यावर दाखवले जाणारे सिनेमे. पडद्याच्या एका बाजूला स्त्रिया व दुस-या बाजूला पुरूष बसत ! घरून सतरंजी नेवून त्यावर बसून पाहिलेले कित्येक सिनेमे आजही आठवतात. नेहमी मधेच

एकदा तरी ती फिल्म तुटायची. पण ती जोडून होईपर्यंत व सिनेमा परत चालू करेपर्यंत आम्हीच काय सगळेच बसून रहात असू. माझे शेजारी पाजारी, ओळखीचे, छान सिनेमा असेल तर खास दुरून आलेले असे अनेक जण माझ्या आजूबाजूला बसलेले असत. आठवतंय की एक्दा माझ्या शेजारी उजव्या हाताला आमच्या चंदू पाटील बाई बसलेल्या होत्या. सिनेमा चालू व्हायला वेळ होता. सगळे गप्पा मारत होते. आणि वर आकाशात चंद्राला खळं पडलं होतं.

काही वर्षांपूर्वी एकदा इथल्या म्युनिसीपालीटीच्या मनात आलं की इथले रस्ते रूंद करावे. म्हणून मग आमच्या घरासमोरचा रस्ता त्याच्या दोन्ही बाजूंनी रूंद केला. किती तर एक दीड फूट दोन्ही बाजूंनी. आम्हाला तर तो हायवे सारखा मोठा वाटू लागला. कित्ती आनंदलो आम्ही सगळे. कितीतरी बदल त्या रस्त्याने पाहिले. आता तर तिथला रस्ता अगदी वाईट आहे.

त्या रस्त्याबाबतची माझ्या आठवणीतील आणखी एक गोष्ट म्हणजे, आमच्या समोर रतनसी जैन यांचं वाण्याच्या सामानाचं दुकान होतं, त्यांच्या कुणाचं तरी लग्न होतं. त्यांचं घर व आमचं घर या मधल्या रस्त्याच्या जागेत त्यांनी बाकडी टाकली होती. एका रात्री स्वत: रतनसी बेभान होऊन हातात टिप-या घेवून नाचले होते. त्यांचं ते नाचणं मला अजूनही तसच्या तसं आठवतं. मात्र रस्त्यात मंडप घालून ठेवलाय म्हणून कुणी भांडायला आल्याचं आठवत नाही.

आमच्या घरापलिकडे भणसाळी यांचं सायकलचं दुकान होतं. आणि त्याच घरात त्या शेजारी एका बिडी - पानवाल्याचं. एका मध्यरात्री त्या सायकलच्या दुकानाला आग लागली तर शेजारपाजारची सारी मंडळी अर्ध्या रात्री धावून आली. तिथे पाणी मारण्यासाठी सगळ्यांच्या विहीरीतून पाणी काढून तिथे पोचवलं गेलं. विहीरीतून कितीतरी बादल्या मी पाणी काढत असलेलं आठवतंय. दुस-या दिवशी कळलं की विडीवाल्याकडे जी शेगडी पेटत होती त्यामुळे आग लागली. असो. खूप नंतरच्या काळात दिवाळीच्या

दिवसात आमच्या समोरच्या पौर्णिमा स्टोअर्स दुकानाला (त्यांच्याकडील विक्रीला ठेवलेल्या फटाक्यांना आग लागल्याने) आग लागली होती, तेव्हा त्या मालकाला मदत करता करता माझ्या वडिलांचे हात भाजले होते. आणिही कितीजणांचे भाजले ते आठवत नाही.

असे अनेक प्रसंग आहेत, ज्यामुळे पूर्वी सगळे कसे 'सर्व धर्म समभाव' या भावनेने व गुण्यागोविंदाने रहात होते, हे आता समजतं.

******

पडवी व गासडी

तर अलिबागच्या त्या बाजारपेठेत आमचं एक दुकान होतं – कापडाचं. तो जमाना होता कापड विकत घेवून सगळं काही बनवून घ्यायचा. माझ्या आजोबांच्या मोठ्या भावाचं कापडाचं दुकान मुंबईत होतं. त्यांच्या एका भावाला त्यांनी मुंबईतच दुकान काढून दिलं होतं. (आठवले शहाडे व शहाडे आठवले). मग़ काय, तिसरा भाऊ जो अलिबागमधे रहात होता त्यालाही एक दुकान काढून दिलं – कापडाचंच ! ते दुकान माझे वडील त्यांच्या तरूणपणापासून चालवत. ज्या घरात हे दुकान होतं त्यातच राहण्याची जागा मागच्या भागात होतं. चुना व गूळ यांनी बांधलेलं ते घर एका मारवाड्याच्या मालकीचं होतं. आजोबा (अण्णा), आक्षीहून अलिबागला शाळेला येण्यासाठी रोज तरीने (एक लहानगी होडी) येत. जाताजाता ते कधी एक पैशाची खडीसाखर घ्यायला मारवाड्याच्या या दुकानासमोर थांबत. मग त्यांचा भाऊ जेव्हा दुकान विकत घ्यायचं ठरवू लागला तेव्हा हे मारवाड्याचच घ्यावं हा विचार झाला.

दुकानात शिरण्याआधी माणसं पडवीत प्रवेश करत. दुकानाची जागा मोठी असल्याने त्यात खूप माल भरता येई. मी लहान असताना आमच्याकडे तीन गडी कामाला होते. ते दुकानची कामं करत असताना आमच्या नवीन पुस्तकांना कव्हर घालण्यासारखी कामे देखील करत. ते रहात आक्षीला, आमच्याच वाडीत. त्यांचे पालक आमच्या वाडीत काम करत आणि तिथेच रहात. सगळं कुटुंब एका घरात राही. तिथल्या मोठ्या विहीरीच्या बाजूच्या चिकूच्या झाडाला मोठ्या आकाराचे, अत्यंत गोड, चिकू लागत. तसे आता कित्येक वर्षात खाल्लेले नाहीत. अनेक गोष्टी त्या वाडीत पिकत परंतु त्यातलं काही आमच्या पर्यंत पोचत असल्याचं आठवत नाही. आक्षीचा आमचा मूळ धागा एवढाच. अजूनही आमची मनं तिथल्या गणपतीपाशी आहेत.

पडवीत आल्यावर डाव्या बाजूने दुकानात तर उजव्या बाजूने घरात शिरता येई. जसं त्यावळेच्या दुकानाचं चित्र आजही माझ्या डोळ्यासमोर आहे तसंच त्या दुस-या बाजूला असलेल्या दरवाजाचं आणि बाजूच्या गजांच्या खिडकीचं देखील. नंतरच्या काळात ती बाजू एकदा राहायला आणि त्यानंतरच्या काळात एका दुकानाला, भाड्याने दिली ती दिलीच. मला मात्र ती अजूनही आमचीच असती तर आवडलं असतं. त्या पडवीत माझं बालपण दडलं आहे. आमचं तिथे बसून कागदाच्या बोटी सोडणं, पाय खाली सोडून ते हलवत रस्त्याकडे बघणं, तिथे बसून दिवसा वा कंदिलाच्या प्रकाशात अभ्यास करणं .... अशा अनेक आठवणी आहेत. अनेकदा माझी पणजी त्या खिडकीच्या आत एका आरामखुर्चीत बसलेली असे. तिच्या लाल आलवणी आयुष्यात तिला तिथूनच काय ते जग दिसत असे. तीच तर तिची करमणूक होती. त्या दरवाजापाशी लक्ष्मण रेषा असल्यासारखी वागायची ती. महिन्या दोन महिन्यातून एकदा ती पडवीत पाऊल टाकत असे. तेही पहाटेच्या अंधुकशा प्रकाशात, माझ्या आजोबांची, म्हणजे तिच्या मुलाची 'आई, तो आलाय ग.' ही हाक ऐकून, गुपचुप मान खाली घालून आणि मन मारून समाजातील रूढ पध्दतीनुसार, डोक्यावरील पदर खाली करत, आलेल्या न्हाव्यासमोर बसण्यासाठी. ती पडवी माणसांची सगळी रूपं दगड होऊन पहात असे. आता आमचं दुकानच बदललं. आता पडवीच्या टोकापर्यंत पसरलेल्या दुकानात फर्निचर विकलं जातं. भावनांचं मोल आता जरा कमी झालंय.

आमच्या उत्सुकतेला वाव मिळणारी एक आणखी गोष्ट पडवीत घडे. ते म्हणजे गासडी. आम्हा मुलांसाठी गासडी ही एक जादुची पोतडी असे. माझे वडील गरजेप्रमाणे दर आठवड्या-पंधरवड्याला मुंबईच्या घाऊक बाजारातून 'माल' आणत. त्या सगळ्या मालाची तिथेच गासडी बांधून प्रवासासाठी तयार होई. पध्दती प्रमाणे खाली मोठं बारदान घातलं जाई, त्यावर विकत घेतलेला माल व्यवस्थित पसरून ठेवला जाई. त्यावर मालाचा आणखी एक थर लावला जाई, असे थरावर थर लावून झाले की उरलेल्या बाजूंनी बारदान लावून, सगळ्या बाजूंनी ते मशिनने दाबले जाई आणि शेवटी चारी बाजूंनी जाड

लोखंडी पट्ट्यांनी ती गासडी बांधली जाई. यामुळे आतलं कापड अगदी व्यवस्थित रहात असे. एकूण विकत घेतलेल्या वस्तू अगदी व्यवस्थित आणि सुरक्षित पोचण्याच्या प्रश्नावर गासडी हा पक्का तोडगा होता. आता कदाचित खोक्यांतून अशा सामानाचा प्रवास होत असेल.

पुढच्या दोन दिवसात ती गासडी ट्रकने अलिबागला येवून पोचत असे. मग दुकानातील लोकांना वेळ असेल त्याप्रमाणे ती फोडली जायची. त्याच्या लोखंडी पट्या तोडण्यासाठी वेगळी मोठ्ठी कात्री असायची. खट्ट्याक असा आवाज करत पट्ट्या तुटायच्या व गासडी उघडली जायची. मग ते सारं सामान दुकानात आपापल्या जागी लावलं जायचं आणि रिकाम्या जागा परत एकदा भरून जायच्या. आम्हाला खूपसं प्लॅस्टीक आणि रिबीनी मिळायच्या.

घरातल्या वरच्या मजल्याचा उल्लेख 'माडी' असा व्हायचा. माडीवर जा ये करण्यासाठी घरातच लाकडी जिना होता. रात्री झोपायला देखील आम्ही वर जात होतो. तिथे चांगला मोठा हॉल होता. त्याला पूर्वेकडे रस्त्याच्या बाजूला तीन खिडक्या. अगदी खालपर्यंत. खाली लोखंडी जाळी आणि वर सताड उघडी खिडकी. आता नवीन घरांना हा प्रकार माहित नाही. माझा धाकटा भाऊ, विजय, लहान असताना त्याची तब्येत सुधारावी म्हणून केलेल्या अनेक प्रयत्नात, रोज सकाळी त्याच्या अंगाला कॉडलिव्हर तेल लावून त्या लोखंडी जाळीआड उन्हात ठेवणे हा होता. त्याला कावळ्यांनी त्रास देवू नये म्हणून काहीवेळा मी तिथे राखणीला बसून रहात असे.

इंग्रजी शिक्षणाच्या सुरूवातीचे काही दिवस आजोबा त्या हॉलमधे बसून मला ती परकी भाषा शिकवत. तिथे माडीवरही आम्ही मैत्रिणी खूप खेळलो आहोत. शाळेत असताना स्पर्धेसाठी आम्ही मुली हस्तलिखित मासिकं बनवायचो. कधीकधी तीही तिथे बनवली आहेत. घरच एवढं होतं की कितीही काहीही पसरून बसलो आम्ही तरी चालायचं. शिवाय मागचं अंगण हा देखील घराचाच भाग आहे, अशी आमची समज होती. आता रहाते ते घर मला कोंबडीच्या खुराड्यासारखं वाटतं. तेव्हा, कधीही काही जागा नाही वा कमी

पडते, उगाचच अडचण होतेय, नसलं तरी चालेल, असलं काही म्हणून वस्तू फेकून दिलेली आठवत नाही. कायम 'असून दे, राहिल तिकडे कोप-यात' हाच विचार असे. मोठ्या घरांमुळे 'आणा आणि जपा' ही त्यावेळची संस्कृती होती.

******

16

बाजारहाट

आता घर घ्यायचं झालं की ज्या अनेक वस्तू गरजेच्या म्हणून घेतल्या जातात त्यात रेफ्रिजरेटर असतोच. तो असतोच प्रत्येक घरात. घरच्या सगळ्यांना गरज असते त्याची. कुणाला वेळ असतो रोज बाजारात जाऊन वस्तू आणण्याचा ! आणि फ्रीजमधे ठेवण्याच्या वस्तूंमधे फक्त भाजी नसते. पण मी तो जमानाही पाहिलाय, अनुभवलाय जो जमाना होता घरात रेफ्रिजरेटर नसण्याचा. अलिबागसारख्या खेड्यात तो कुठल्याही घरात असण्याचा प्रश्नच नव्हता. घरात बर्फ वापरून बनवायचा कोणताही खाद्यपदार्थ बनत नसे. साधं फ्रूटसॅलड कधी बनलेलं नाही घरात. आईसक्रीम हा मुंबईला जाऊन खाण्याचा पदार्थ होता. थंड पेय घरात असण्याची पध्दत नव्हती.

एकूण काय आणून घरी काय साठवायचं त्यालाही मर्यादा होत्या. त्यामुळे भाजी सुध्दा फार तर दोन दिवसांसाठी आणली जायची. तसंही बाजार आमच्या घराजवळच भरत असे, जुन्या दगडी इमारतीत आणि त्याच्या आजूबाजूला. तिथेपर्यंत जायला जेमतेम 200 मीटर चालायला लागत असे. आमच्या खूप लहानपणी आजोबा जात आणि मग तर कायम आईच जात असे. अधूनमधून तिच्या बरोबर जाऊन मला त्या भाजीतलं जरासं कळलं. तरीही एकटीने भाजीबाजार करण्याची त्याकाळात कधी पडली नाही. कोणती भाजी विकत घ्यावी, कधी वेगळं शिकलेली नाही, शिकले असच बघून बघून.

आता ज्यांना अलिबागचं वैशिष्ट्यं असं संबोधलं जातं त्या गोष्टी त्या काळातही होत्याच -- पांढरे कांदे, तोंडली, दवणा, मरवा, सुरूंगीचे गजरे हे सगळं. या सगळ्याची परीक्षा करायला आम्ही तेव्हाच शिकलो. पांढरे कांदे आता जागतिक भौगोलिक नामांकन मिळाल्याने प्रसिध्द झाले आहेत. परंतु ते तेव्हाही औषधी होतेच, आता त्यांचा बोलबाला झालाय एवढंच. आमच्याप्रमाणेच कित्येकांच्या घरात त्याची साठवण होत असणार. पण आता

त्याचं कौतुक होतंय. आमच्याकडे त्या कांद्यांचे खास पदार्थ बनत. आख्या कांद्यांची मसाला भरून भाजी आणि अगदी लहान आख्या कांद्यांची आमटी. तिसरा पदार्थ आमचा आम्ही बनवून खात असू. मागच्या बाजूच्या अंगणात लहानशी शेकोटी पेटवून त्यात भाजलेले कांदे. हे कांदे अगदी गोड लागत. आम्हा मुलांची ती आवडती मेजवानी असे. घरात आम्ही तीन मुलं होता तरी सवंगडी बाहेरचे असत. आता या जमान्यात तर घरात जेमतेम एक मूल असतं, त्याला सवंगडी कुठून मिळत असतील ?

अलिबागची तोंडली सुध्दा कौतुकाचाच भाग होता. ते देखील मुंबईत आल्यापासून समजतय. भाजी घेताना तॉडली घ्यायला लागलं की भाजीवाले हमखास म्हणत, "घ्या घ्या. छान आहेत की. अलिबागची आहेत ......" आयुष्याची अनेक वर्ष अलिबागला काढल्यानंतर दुसरी कोणतीही तोंडली 'अलिबागची आहेत' असं म्हणून खपवू लागलं की फक्त हसू येत असे. न राहवून एकदा मी त्याला सांगितलं की 'बाबारे तू चुकीच्या माणसाला हा सल्ला देतोयस. मी अलिबागची आहे.' मग तो सल्ला बंद झाला. तोंडली फार वेगवेगळ्या प्रकारे वापरता येतात. 4 – 5 प्रकारची भाजी बनवता येते आणि शिवाय भात आणि पोहे देखील. आम्हाला कांदेपोहे आवडत पण आमच्या आतोबांना तोंडली पोहे आवडत, म्हणून त्यांना पाठवायची वा द्यायची भेट तॉडली हीच असे. कोवळी नाजुक कळ्यांसारखी दिसणारी तोंडली आजही अलिबागचीच प्रसिध्द आहेत. तोंडली मोजण्याची देखील एक वेगळी प्रथा होती. ती शेकड्यावर मोजली जात. 110 चा शेकडा. एका हातात 5 तोंडली म्हणजे एक मोजायचं. असे 22 हात मोजले की झाला शेकडा. मुंबईत राहणा-या माझ्या आते बहिणींना तर अजूनही ते मोजण्याचं कोडं उलगडलेलं नाही.

तेथील भेंडीही खास वाटायची. पावसाळ्यात येणारी सहा वा आठ धारेची 8 ते 10 इंच लांबीची भेंडी जरा पांढरट हिरवी असतात. ती घेताना माझी आई त्यांची मागची टोकं मोडून पहात असे. ते पटकन मोडली गेली तर भेंडी कोवळी, ती घ्यायची. आता तशी मिळतात फक्त वसईवाल्यांकडे. आमच्या

शेजारची मारवाडीण, घरातल्या चार जणांसाठी चार भेंड्यांची भाजी करत असे. बरोबर चिमटेवाली भाकरी. आमचं नशीब थोर असेल त्या दिवशी भाकरीचा एक तुकडा आम्हा भावंडांनाही मिळे.

दवणा आणि मरवा या सुगंधी वनस्पती लहान जुड्या बांधून बाजारात विकायला येत असत. चैत्रगौरीच्या हळदीकुंकुवात तीच वनस्पती दिली जायची सर्व बायकांना. कधी तर लग्न-मुंजीत देखील तिची हजेरी असायची. ही फक्त अलिबाग, मुरूड आणि आजूबाजूच्या परीसरात मिळे. फुलं नसलेल्या या वनस्पतीचा गोड सुगंध हीच तिची ख़ासियत. श्रीवर्धनला मुंज होती मामेभावांची, तर माझ्या मामाने सगळ्या आमंत्रितांना देण्यासाठी म्हणून अलिबागहून दवणा व मरवा घेऊन येण्यासाठी आईला सांगितलं होतं.

पावसाळ्यानंतर काही दिवसांनी आणि थंडीत भाज्यांची जितकी रेलचेल असे तितकाच उन्हाळ्यात तुटवडा असे. अलिबागला फक्त हंगामी भाज्या मिळत. त्यामुळे कधी तर भाजीपेक्षा कोथिंबीर महाग मिळे. कारण मुंबई, नाशिक, पुणं इकडून भाज्या आणून विकल्या जात नसत. दळणवळणाच्या सोप्या सोयी तेव्हा उपलब्ध नव्हत्या. अंबा नदीवरचा धरमतरचा पूल झाला आणि नंतरच बाहेरून भाज्या अलिबागच्या बाजारात येणं सुरू झालं.

चौधारी शेंगा, अभयीच्या शेंगा, माठ, भारंगी, चिंचुर्डी, वाल (इथे पावटे मिळतात) या भाज्या आता दिसल्याही नाहीत कितीतरी वर्षात. अंबाडे आता मयूर बेकरी आहे तिथल्या तिवठ्यावर मिळायचे. कडक व आंबट. त्यांचं लोणचंही खाल्लेलं आठवतंय. करमळं, करवंद, जांभळं, ताडगोळे, साधे आवळे व रायआवळे, तोरणं, रांजणं, ही सगळी आंबट चिंबट फळं कधी विकत घेतलेली नाहीत. ती चोरून, मोठ्यांचा ओरडा खाऊन खाल्लेलीच मस्त वाटायची. त्याशिवाय त्यांची चव काही छान लागायची नाही. त्यात मज्जा वाटायची नाही. अगदी लहानपणी पांढरे जांभ फक्त उन्हाळ्यात रेवसच्या धक्क्यावर मिळत. बेलफळ चटणीसाठी वा लोणच्यासाठी वापरलं जायचं. डोक्यात माळायची पांढरी करवंद ही कल्पना आताच्या मुलींना सहन होईल

असं वाटत नाही. अशा कितीतरी गोष्टी आहेत ज्या अलिबागमधे मिळत आणि आम्हाला त्यांची मजा चाखायला मिळाली आहे. तरी मी फक्त शाकाहारी वस्तूंबद्दल आठवणी सांगते आहे कारण अर्थातच मी पूर्ण शाकाहारी होते आणि अजूनही आहे. मासे खाणा-यांच्या आणखीही आठवणी असणार.

अलिबागची खास आठवण यावी अशा अनेक भाज्या, फळं आणि इतर अनेक गोष्टी आहेत, होत्या. अलिबाग सुटलं आणि त्या फक्त आठवणी झाल्या.

******

रसाळ व चविष्ट खाद्यसंस्कृती

अशा आठवणी म्हटलं की पहिली आठवण येते ती सगळ्या गोष्टी जिथे बनत त्या स्वयंपाकघराची. भरपूर जागा असलेल्या खोलीची जी घराच्या इतर भागांइतकीच महत्त्वाची होती. जिथे बसून घरातील मंडळी जेवू शकत होती. खूपदा तर जेवणाची छोटीशी पंगत तिथेच बसायची. आमचं जेवणाचं टेबल तिथेच स्थित होतं. बाहेर जाऊन खाण्याची पध्दत नसताना घरातली गृहिणी दिवसाचा बराचसा वेळ तिथेच घालवत असे. गावात फारशा सुधारीत सोयी नव्हत्याच. (अजूनही गावात एखाद कॉफी शॉप सुध्दा नाही.) रेस्टॉरंट मधे जायची पध्दत नव्हती. त्याला आम्ही 'हॉटेल' म्हणत असू. घराबाहेर जाऊन जेवायची पध्दत नव्हती. गेलं तरी कुणी बोलावलं जेवायला तर. तेही त्यांच्या घरी ! आता असतात ती सैपाकघरं. जिथे जेमतेम उभं राहून कधीतरी थोडासा सैपाक बनवला जातो. अनेकदा तर तो बाहेरून मागवला जातो वा घरातली मंडळी उठून बाहेर जेवायला जातात.

मनात असलेल्या स्वयंपाक घराचं चित्र आईशिवाय पुरं होत नसे. बाहेर खाणं हा आचरटपणा वाटे, अयोग्य वाटे. त्यावेळी घरातच अनेकविध पदार्थ बनत. माझ्या ब-याचशा मैत्रिणींच्या आया गृहिणी होत्या. घरी बनवलेल्या वस्तू एकमेकांच्या घरी पाठवायची पध्दत होती त्या काळात. पानात पडेल ते खायची तयारी असावी लागायची नाहीतर उपाशी राहण्याचा प्रसंग ओढवू शके.

आई, आमची वा तेव्हांच्या घरांतील आई, बनवत असलेले पदार्थ आता कुठे मिळत नाहीत असं आता वाटू लागलंय. साधे पोहे घ्या. कुठे लागते ती चव? तसं तर भाज्या तरी तितक्याच छान व चविष्ट कुठे लागतात?

पोह्यांचे किती प्रकार बनवले जायचे ! दोन प्रकारचे पोहे कायम मिळायचे – जाडे व पातळ. कोणत्याही प्रकारचे पोहे बनवायचे असले तरी पहिली गरज असायची ती गिरणीतून आणलेले ताजे, छानसा ताजा खमंग वास येणा-या पोह्यांची. कांदे पोहे, बटाटे पोहे, वांगी पोहे, तोंडली पोहे हे तर सर्वसाधारणपणे घराघरात मिळणारे. पण पोहे तिथे थांबत नाहीत तर ते इतरही विविध रूपात तुमच्यासमोर हजर होतात. अफलातून चवीचे दडपे पोहे हा ताजं ताजं करून खाण्याचा पदार्थ. शिवाय राजस कोळाचे पोहे आहेतच तुमचं दिल खुष करायला. जवळजवळ प्रत्येकाच्या घराशी एक नारळाचं झाड असायचंच. एकदा खाल्ले हे पोहे तुम्ही की परत परत मागणारच. गोड खावसं वाटलं तर दूध पोहे, दही पोहे आणि गूळ पोहे आहेतच. गूळ पोहे मधे नारळ घालताना कंजूषी करायची नाही बरं ! आणि यातही कुठे जाडे व कुठे पातळ पोहे वापरायचे त्याचं गणित मात्र जमायला हवं. आताच्या जमान्यात महाजालकावर पोह्यांचे डोसे आणि इडल्या देखील दाखवतात. शिवाय टिकाऊ असे पोह्याचे पापड व मिरगुंड असतातच की. चिवडा हा असाच एक फार जास्त नाही पण तरीही ब-यापैकी टिकाऊ पदार्थ. त्यातही तळलेल्या पेक्षा कच्च्या पोह्यांचा चिवडा मला भावतो. माझ्या एका मैत्रिणीची (रजनी जोशी) आई देखिल पातळ पोह्यांचा चिवडा छान बनवायची. तिच्या चिवड्याची पहिली चव घेणा-या आम्हीच दोघी होतो. चिवडा छान कुरकुरीत बनवायची देखील एक पध्दत आहे. त्यासाठी पोहे आधी वाळवून वा भाजून घ्यावे लागतात. माझ्या आईला ती मस्त जमलेली होती. तिने चिवडा केला की तर मी जेवणा ऐवजी चिवडा खात असे.

वांग्याचे काप हा असाच एक पदार्थ. कोर्लई – बोर्लईची वांगी हा काय प्रकार तो खाऊनच बघायला हवा. त्याचं केलेलं भरीत देखील असंच शानदार लागतं. साधं बेसन लावून केलेले काप तर कसे करायचे हे इकडे कळतच नाही. कुणालाही माशाचे तुकडे म्हणून खाऊ घालावेत. जरा जांभळटसर असलेली ही वांगी बाजारातही मनमोहक वाटतात. वालाचं पीक त्या भागात भरपूर. इथे मिळतात ते पावटे आणि त्याच्या डळिंब्या, जरा शिजल्या की मोडून पीठ

होणा-या. अलिबागला मिळायचे ते कडवे वाल. त्याच्या डाळिंब्या उसळ केल्यावर कशा टपो-या दिसतात ! माझी आई त्याची आमटी बनवायची, तशी मिटक्या मारू आमटी मला मात्र बनवता येत नाही.

तशीच नाही बनवता येत ती पानगी. कारण ती बनविण्यासाठी लागतात केळीची जाडसर पानं. पानगी हवी म्हटलं की आई दारातील केळीच्या झाडाचं एक पान कापून लगेच पीठ भिजवून त्याची पानगी बनवे. इथे हवं तसं केळीचं पान हवं तेव्हा मिळणंच केवढं कठीण ! इतर वेळेला फुकट जात असलेल्या कुठल्याशा झाडाचं पान मागितलं की त्या पानाला भयंकर भाव येतो, हे इथे आल्यावर माझ्या लक्षात आलं आहे. आमच्याकडे तर आई असं देखील सांगायची, " जा ग जरा मीराकडून अळूची पान घेऊन ये. आज अळूच्या वड्या करीन म्हणते." मीराकडे गेलं की तिची आई त्यांच्या नोकराला हाक मारून म्हणायची, "दे रे हिला काय पाहिजेत ती पानं." मग तो बरोब्बर द्यायचा ती. शेजा-यांशी अगदी साधं बिनागाठीचं नातं असायचं.

पोपटी दोन प्रकारची बनायची. एक शेतातली शेकोटी पेटवून केलेली आणि दुसरी घरातल्या पातेल्यात बनलेली. दोन्हींमधे वापरायच्या भाज्या त्याच पण पोपटीची चव वेगळी. त्यात मुख्य म्हणजे ताज्या वालाच्या शेंगा लागायच्या. त्या देखील किड नाही याची खात्री केलेल्या. त्यामुळे शेंगा किंचितशा उघडून त्या वापरल्या जात. शेतातल्या पोपटीसाठी नियोजनाची गरज लागे कारण ती बनविण्यात अनेकांची गरज लागे. घरात बनवण्यासाठी पहिली गरज असे एका मोठ्या पातेल्याची. शिवाय घरात्ल्या पोपटीत बरच तेल लागे. शेतातल्या पोपटीत मात्र तेलाची गरजच नव्हती. आता चव फक्त आठवण राहिली.

कोयाडं सुध्दा असंच. किती साधं जेवण असायचं ते – कोयाडं आणि भात. भात नेहमीचाच. कोयाडं मात्र रायवळ आंब्यांचं. रायवळ आंबे हे अगदी साधे. फारशी किंमत न मिळणारे. अगदी लहान ते हापूसच्या आकारापर्यंतचे. जरा लहान असले की खूप खाता यायचे. समोर भरपूर आंबे घेऊन बसायचं

आणि दर आंब्यागणिक वेगळी चव असणारे रायवळ आंबे चाखायचे, हा एक चवीने खाण्याचा उत्सव होता. कितीही हापूस – पायरी खाल्ले तरी रायवळची गंम्मत वेगळीच. ते विकत आणले व खाल्ले नाहीत असा आंब्यांचा हंगाम गेला नाही कधी.

तसंच विलायती फणसाबद्दल. हा फणसच वेगळा. आत गरे नसलेला. आकाराला जरा लहानच. त्याची भाजी मस्त व्हायचीच. आई तर त्याचे वेफर्स आणि कटलेटस ही बनवायची. सगळंच छान लागायचं.

पांढ-या कांद्यांची भरून भाजी, वाळूतल्या मेथीची भाजी, कच्च्या करवंदांचं गोड लोणचं, आंबवणी, सगळंच आठवणीत भरून राहिलंय. अर्थात ताटात वाढलं असेल ते सगळं खायची पध्दत होती त्यामुळे समोर येईल ते सगळं खाऊन पहायची संस्कृती अंगवळणी पडली होती. म्हणूनच तर कधी कुठे अडलं नाही जेवताना.

******

पेयपान

अलिबागला गेल्यावर समुद्रकिना-याइतकं सुंदर, मन रिझवणारं आणि दिवसभर जिथे सहज घालवता येईल अशी जागा नाही. परंतु अनेकांसाठी खाणं – पिणंही तितकच महत्वाचं असतं. मांसाहारींसाठी ताजे मासे हे आकर्षण असतं. देवभोळ्यांसाठी अनेक देवळं आहेत. इतरांसाठी भेळ, नारळपाणी, ताडगोळे, पापड, घरगुती मसाले, बकुळीची फुलांचे सर आणि एकूण कोकणमेवा आहे.

आईसक्रीम सोडा हा पेय प्रकार अलिबागमधे केव्हा उदयाला आला कोणजाणे. परंतु, ज्याने ज्याने तो चाखला त्या प्रत्येकाला तो आवडलेला आहे. आईसक्रीमचा वास असलेला सोडा असं त्याचं थोडक्यात वर्णन करता येईल. पण त्याची क्रेझ ती केवढी !! आता तिथे गेलं की आईस्क्रीम सोडादेखील एक 'मस्ट' झालं आहे. आताच्या काळात अलिबागला जाणारी मंडळी कॅटॅमरान पकडतात वा 'रो – रो सर्विस' पकडतात. त्यामुळे पळी येथील आईसक्रीम सोडा, त्याच्या अगणित प्रकारांसह , विकणारं दुकान जरा दृष्टीआड गेलंय. आणि अलिबागमधलं 'डेविडचं दुकान' जरा प्रकाशात आलंय. अर्थात आता डेविड हा इस्त्रायली गृहस्थ मायदेशी परत गेलाय. आणि त्याचं ते दुकान दुसराच कुणी चालवतो. तो 'दुसराच कुणी' पळीहून आईसक्रीम सोडा आणून तिथे विकत असावा असा माझा होरा आहे. शिवाय आता तिथे आईसक्रीम मिळत नाहीच. मला आठवतं त्याप्रमाणे काही वर्षांपूर्वी तिथे पायनापल सोडा मिळत असे, डेविडच्या काळात, तो आता नाही मिळत. इतर काही सोड्यासारखी पेयं तिथे मिळतात.

मला माहिती आहे ते तेच 'डेविड'चं दुकान. तिथे जायचं हा अलिबाग भेटीचा न ठरवलेला पण कधिही न चुकणारा भाग होता. माझी मुलगी तर तिथे बसून मन भरेपर्यंत सोडा पित असे. आणि तिची आजी म्हणजे माझी आई

तिचा तो शौक पुरा करत असे. तिच्या लहानपणीचं ते एक मोठं आकर्षण होतं. ती बाटलीही खास मोठी नव्हती. एक व्यक्ती दोन बाटल्या सोडा सहज पिऊ शकेल, एवढाच सोडा त्यात असे. काही काळानंतर तिने नवीन प्रकार शोधला. आईस्क्रीम सोडा बरोबर आईस्क्रीम खाण्याचा. त्याच दुकानात तिथे बनलेलं आईसक्रीमही मिळे. आधी ग्लासमधे एक गोळा आईसक्रीम घालून त्यावर हळूहळू सोडा ओतायचा वा ग्लासात आधी सोडा घेवून मग त्यात थोडं थोडं आईसक्रीम घालायचं. कसंही केलं तरी चव तीच. आमचं बघून आणखीही काही प्रवाशांनी तसं करून पाहायला सुरूवात केली त्यावेळी. आता माझी मुलगी मोठी होऊन नोकरी करू लागली. माझी आई देखील घराबाहेर पडेनाशी झाली. आणि माझी अलिबाग भेट फक्त आईला भेटण्याएवढीच मर्यादित राहिली.

अलिबागच्या पत्रिकेत कुणा खंडू नामक व्यक्तीचं नाव लिहीलं आहे हे तो तिथे पोचण्याआधी कुणालाही खरं वाटलं नसतं. पण तो तिथे आला आणि लोकांच्या नजरेत आला जेव्हा मारूती नाक्यासारख्या ऐन मोक्याच्या जागी त्याने ऊसाचं गु-हाळ सुरू केलं. त्याने अलिबागकरांना ऊसाच्या रसाची सवय लावली. त्याआधी त्यांनी ऊसाचा रस प्यायला नव्हता असं नाही. वेगवेगळ्या जत्रांमधे तो त्यांच्या मुखी लागे. तिथे तर असं हाताने फिरवायचं वा आता असतं तसं इलेक्ट्रीकवर चालणारं मशिन नव्हतं तर प्रत्यक्ष बैलाच्या मदतीने गु-हाळात रस काढला जाई. तर खंडूने आम्हाला ऊसाच्या रसाची गोडी लावली. पावसाळ्यात तो त्याच्या गावी जाई आणि मग परत येवून अलिबागकरांच्या सेवेतून पैसे कमावे. नंतर त्याने आईसक्रीम बनवायला सुरूवात केली. हाताने फिरवून बनवायच्या 'पॉट' मधे पातळ दुधाचं आईसक्रीम बनवायचा तो. 10 पैशाला रस आणि 25 पैसे म्हणजे चार आण्याला आईसक्रीम मिळायचं. एकाच प्रकारचं आईसक्रीम मिळायचं, पण मिळायचं. आतापर्यंत जी वस्तू फक्त मुंबईला गेल्यानंतरच मिळू शकत असे, ती आता कशी का असेना पण गावात मिळू लागली होती. आम्ही मुलं त्यावरही खुश होतो. बाहेर काढल्या बरोबर विरघळायला लागणारं ते आईसक्रीम आम्हाला स्वर्गीय वाटे. आता खंडूचं

दुकान नाही तिथे आणि त्याचा पत्ता कुणालाच माहित नाही. त्याला कुटुंब होतं की नाही हे माहिती नाही. अलिबागमधे आता सगळ्या ब्रॅंडची आइसक्रीमस मिळतात. परंतु कुठलही आईसक्रीम स्वर्गीय लागत नाही.

बर्फाचा गोळा हे आणखी एक आकर्षण होतं. टणटण टणटण असं वाजवत बर्फाच्या गोळ्याची गाडी आली दुपारी की तो खायची इच्छा व्हायलाच हवी. तसं तर कुठेही मिळतो तसा गोळा. परंतु मी मात्रफक्त अलिबागमधेच गोळा खाते. आणि माहेरचा तो स्वच्छ आणि इतर ठिकाणचा अस्वच्छ अशी माझी मानसिकता व्हायचं काय कारण होतं? लग्नानंतरही तेच? कदाचित शाळेच्या दिवसात भोंडल्यात गात असलेलं 'आला माझ्या माहेरचा वैद्य' हे गाणं असू शकेल. त्यात आहे त्याप्रमाणे माहेरच्या वैद्याचं सगळंच छान आणि सासरच्या वैद्याचं सगळंच घाण, असं झालं होतं माझं. मुंबईत राहायला आल्यावर सुरूवातीला, मुंबईच्या लोकांना मचूळ वाटणारं पाणी मला मिळलं नाही प्यायला, तर तहान भागायची नाही. तसं गोळ्याचंही आहे. तो फक्त तिथलाच छान.

अशाच एक दोन गोष्टी आहेत ज्या न खाता, न विकत घेता मी अजूनही मुंबईला परत येत नाही. त्यांचा विचारही तोंडाला पाणी आणतो. एक म्हणजे दुधी हलवा आणि दुसरी बर्फी. मुंबईकरांना फक्त गाजर हलवा माहिती आहे. त्यामुळे कदाचित माझं मन अलिबागच्या हलव्याकडे वळतं. आणि तिथे मिळणा-या चवीची रवाळ बर्फी आणखी कुठेही मिळत नाही यावर माझा दृढ विश्वास आहे.

******

पानं आणि फुलं

झाडांच्या पानांमधे काय ते असं विशेष असायचय? पण असतं आणि बारकाईने पाहिलं तर दिसतंही.

सुरूच्या बारीक रेषांसारख्या पानांपासून ते शेवग्याच्या शेंगाच्या वा टाकळ्याच्या लहानग्या गोल

पानांपर्यंत ते निगुर्डीच्या वा कण्हेरीच्या लांबटसर पानांपर्यंत ते पपयाच्या मोठ्या हातभर पानापासून ते कासाळूच्या दोन हातभर पानापर्यंत ते केळीच्या झोपण्यासारख्या लांबलचक पानापासून ते माडाच्या झावळीपर्यंत सगळ्या आकारांची, रूपांची आणि फिक्कट पिवळ्या ते काळपट हिरवट रंगापर्यंत सगळी पानं आपल्याभोवती दिसत, भिरभिरत असतात. शिवाय काटेरी निवडुंगाचे फणे दिसतातच काटे घेवून ऊभे तर कधी लालचुटुक लहानमोठी फळं घेऊन. हे सगळं मी पाहिलंय अलिबागमधे, माझ्या आजूबाजूला.

अनेकदा लहानपणी आईबरोबर वा जरा मोठं झाल्यावर मैत्रिणींबरोबर फिरताना ही सगळी झाडं पानं होतीच. त्यांची कधी मुद्दाम ओळख करून दिली नाही कुणी, पण घरातल्यांचीच कुणी ओळख का देतं करून? ती सगळी होतीच आजूबाजूला. माझ्याबरोबर तीही मोठी होतच होती. समुद्रावर गेलो की तिथे कण्हेरीची झाडं असायची. त्याचा रंग आणि वास मनात पक्का झालेला आहे . तिथे गेलं तर वाळूचे किल्ले करून त्यावर सुरूची फळं (हिरवा ते तपकिरी रंग) आणि कुंपणाच्या झाडांवरच्या (मेंदा) पांढ-या फुलांची सजावट करण्यापलिकडे काय होतं करण्यासारखं ? फुगे, भिरभिरं असलं काही वा खायलाही नसायचं. मग आई दोन पान कण्हेरीची काढून, ती एकमेकांच्या जवळ धरून, त्याचाच टिकी टिकी आवाज करत असे. मग आम्हीही ती गंमत शिकलो.

व्यायामशाळेच्या (आता एस टी स्टॅन्डच्या असं म्हणू या, कारण व्यायामशाळा आता आहे की नाही ते माहीत नाही.) बाजूला गेलो फिरायला तर तिकडे असलेल्या एरंडाच्या जंगलातून त्यातली लहानशी फांदी आई तोडे आणि मग त्या फांदीतून पडणारा चीक त्यातल्याच एका पानात गोळा करे. पानाजवळच्या फांदीचा लहानसा बोटभर तुकडा मोडून त्या नळीचं एक टोक पानातल्या चिकात बुडवून दुस-या टोकाने त्यात हळुवार फुंकर घालून त्यातून लहान फुगे काढत असे. आम्ही तेही शिकलो.

आम्ही अशा अनेक गोष्टी शिकलो वा समजलो ज्या शाळेत शिकवल्या जात नाहीत. अर्थात त्या मुद्दाम शिकविल्याही गेल्या नाहीत तर बघून – पाहून – करून आम्ही समजलो. शेवग्याच्या शेंगा झाडावरून कधी काढाव्या, मायाळूची पानं कशी ओळखावी, माडाच्या झाडावर कसं चढावं, वड्या करण्यासाठी अळूची पानं एकमेकांवर बेसनाने कशी लावावी, बकुळीची माळ करण्यासाठी केळीच्या झाडाचा सोप कसा काढावा, तुळशीच्या पानांचा काय उपयोग असतो, रायआवळे झाडावर कधी तयार होतात, कडुलिंबाच्या पानांचा रस कशावर गुणकारी असतो, पांढ-या सदाफुलीच्या पानांचा काय उपयोग .... या व अशा कित्येक गोष्टी आम्ही आपोआपच शिकलो. शिकलो की निसर्गातील प्रत्येक पाना –फुला – फळाचा आणि झाडाच्या खोडाचा स्पर्श वेगळा असतो, तो जाणवायला हवा. त्यांचा उपयोग कळायला हवा.

मायाळूच्या वा ओव्याच्या पानांची भजी आता अनेक वर्षात खाल्लेली नाहीत. शेवग्याच्या शेंगा ज्या मिळतील त्या घ्याव्या लागतात. बकुळीची फुलं विसरायला झालंय. तुळशीची पानं विकत घ्यावी लागतात. त्याच्या काड्या चिघळलेल्या कानावर उपाय असतात, हे इथे कुणाला माहित नसतं. राय आवळे तर विकतही मिळत नाहीत. अळूचं फदफदं म्हटलं की आजूबाजूचे फिदीफिदी हसतात. किती जणांना हे माहिती आहे की निगुर्डीची पानं अंगदुखीवर उपयोगी येतात, रूईची पानं गुढगे दुखीवर रामबाण उपाय आहे. ही झाडं भरपूर ऊन असेल तिथे वाढतात आणि त्याला दोन रंगांची फुलं येतात,

पांढरी व हल्की जांभळी. पांढरी फुलं असणा-या झाडाला 'मांदार' असंही म्हणतात आणि याच्यापाशी गणपतीचा वास असतो असं म्हणतात. जांभळसर फुलांची रूईची पानं हनुमानाला अर्पण केली जातात. खेड्यांमधे रूईचं लहान पान बाळाच्या तेल लावलेल्या टाळूवर ठेवलं जातं. झिपरीची पानं फुलांच्या वेणीत घातली जातात. त्याचेही दोन प्रकार कातर व साधी झिपरी. त्याकाळात गज-याइतकीच फुलांची वेणी देखील मिळायची. आणि वेणी कोणत्याही बाईला वा देवीला सुध्दा चालायची. त्यात कलाबूत आणि झिपरी सुध्दा असायची.

फुलांबरोबर एक दोन पानं देखील केसात माळली जात. पानांशिवाय तर फुलांचा गुच्छ देखील बनवला जात नाही. माझी सगळ्यात आवडती वाळल्यावरही गंध देणारी बकुळीची फुलं. हौदाच्या चौकातून पाहिलं तर एका बाजूला शंकराचं देऊळ, ज्याच्या बाहेर देवचाफ्याचं झाड होतं आणि दुस-या बाजूला 'जोगळेकर ट्रानस्पोर्ट' चं ऑफिस होतं. (आता तेथे हौद नाही.) त्याच्या मागच्या बाजूच्या आवारात बकुळीचं एक झाड होतं, कदाचित दोन होती. आम्ही मुली संध्याकाळी तिथे जाऊन झाडावरून पडणारी ताजी फुलं वेचून लगेच केळीच्या सोपात ओवायचो. सर पटापट लांब होत जायचा. अनेक वेळा फुलांची वाट बघत वर बघितलं जायचं त्यावेळी खाली पडणारं फूल दिसलं तर ते दृश्य विलोभनीय असायचं. हिरव्या गडद पार्श्वभूमीवर ते पांढरट फूल स्वत:भोवती गोल फिरत हळूहळू जमिनीकडे यायचं. ते सर वाळले की कपाटात ठेवायला उपयोगी येत. मंद सुवास देत ते तिथे, आपण काढेपर्यंत तिथे रहात. आता क्वचित दिसणा-या फुलांच्या यादीत मी ते नांव टाकलं आहे.

तशीच खूप फुलं मिळायची -- गवताची ! आम्ही त्या फुलांना भेंडाची फुलं म्हणत असू. ही फुलं लहान, गोल आणि छोटं डेख असणारी होती. पिवळट पांढरट ते हलक्या तपकिरी रंगाची असायची. हिरकुटाच्या लांब काड्यांना,आई, ती दो-याने बांधायची व त्यांचे तुरे बनवून फुलदाणीत सजवून ठेवायची. फुलं वाळली की ते तुरे पाण्यात बुडवून ती फुलं परत एकदा

ताजीतवानी व्हायची. अशा त-हेने खूप दिवस टिकत असत ती. दुसरी गेंदाची फुलं. ती देखील गवताचीच फुलं. किरमिजी रंगाचे लहानगे गोल सुंदर दिसत. तेही घरी आणले जात. आणि कुर्डुची फुलं. खाली गोलसर पांढरट आणि वरच्या बाजूला टोकेरी होत गेलेली व किरमिजी होत जाणारी. ही फुलं घराच्या दाराला दस-याचं नव्याचं जे तोरण बांधलं जातं त्यात असायची.

अशी तर कितीतरी फुलं असतात, गवतावर फुललेली, पण कुणाचं फार लक्ष जात नाही अशी. तरीही काही ना काही कारणाने ती आपली नजर तिकडे वळवून घेतातच. जसं आपले काही सण. गौरीची पूजा करताना जी फुलं वापरली जातात ती, लाल – पिवळी कातर पाकळ्यांची, मला नेहमी रस्त्याबाजूच्या गवतातच दिसली आहेत. घाणेरी, कोरांटी देखील ! लहान, मोठी, सगळ्या रंग –रूपाची, सगळ्या आकाराची फुलं माझ्याकडे बघून स्मित करत आहेत, असं मला नेहमीच जाणवलंय.

******

फुलं आणि फळांचा आनंद

आता दवणा - मरवा या पानांतून आणि बकुळीच्या फुलातून मी बाहेर पडले तरी बाकीची पानं – फुलं मला थोडीच सोडतात ! काही फुलांचं दर्शन तर अगदी दुर्मिळ झालंय. मला अलिबागला किमान चार प्रकारची चाफ्याची फुलं पाहिलेली आठवताहेत --- सोनचाफा (पांढरट ते पिवळा धमक), देवचाफा (पांढरा ते पिवळा ते लाल), कवठी चाफा (पांढरा व पिवळसर) आणि हिरवा चाफा. आता इथे मुंबईत मिळतात ती फक्त सोनचाफ्याची फुलं. तेही सोन्याच्या भावाने. बाकी चाफ्यांपैकी देवचाफा कधीतरी नजरेस येतो, अगदी सर्व रंगातला. आणि उरलेल्याची फक्त आठवण. त्या चाफ्याचं एक झाड मला माहित होतं. माझ्या एका वर्ग मैत्रिणीच्या पुढील अंगणात ते होतं. या माझ्या मैत्रिणीचं, विजू कुंटेचं, घर शाळे शेजारीच होतं. जर हिरवा चाफा फुलला असेल तर शाळेत जाता - येता त्याचा सुवास यायचाच. या फुलाची एक गंमत अशी आहे की ते त्या झाडात कुठे आहे हे शोधणं कठीण असतं, कारण त्याचा रंग पानांसारखाच असतो.

आमच्या मागच्या अंगणात एक झाड होतं. जरा ऊंचसर वाढलं होतं ते आणि खास म्हणजे ते अफ्रिकेचं होतं. अफ्रिकेतून श्रीवर्धनला येणा-या एकाने ते झाड माझ्या मामाला दिलं आणि त्याने ते इथे आणून लावलं. एकदा त्या झाडाला चक्क फुलं आली. ती दिसत होती पिवळट हिरवी आणि अगदी मंद असा सुगंध त्यातून येत होता. आम्ही त्याचं नामकरण केलं, अफ्रिकन हिरवा चाफा !

गुलबाक्षी (वेगवेगळ्या रंगातली), अबोली, सुरूंगी मोगरा, शेवंती (साधी व बटण) जुई, गुलाब (अनेक रंगांसह), कुंद आणि सायली ही सगळी फुलं मी लहानपणीपासूनच पाहिली आहेत. ती केसात माळली आहेत. त्याचा भरभरून सुगंध घेतला आहे. भेंडीच्या फुलांसारखी मोठ्ठी पिवळी फुलं, जास्वंदीचे अनेक

रंग, गुलछडीचा मोहक सुगंध, बोगनवेल व खोब-याच्या फुलांचे झुपके, झेंडू, अशोकाची फुलं, शेवग्याची फुलं, भोपळ्याची फुलं .... काय आणि किती लिहू? गोष्टी रोज दिसत असल्या ना की त्यांचं महत्व लक्षात येत नाही. पण आता दिसत नाहीत म्हटल्यावर त्यांचं अप्रूप वाटतं.

फळांचंही तसंच आहे. कितीतरी असा रानमेवा आहे जो आता कुणाला दाखवायचा असेल तर मुद्दाम रानात जावं लागेल. पूर्वी मुंबईहून अलिबागला जाताना पनवेल नंतर कुठे ना कुठे अनेक गोष्टी दिसायच्या. आता नवीन रो-रो सर्विस मुळे त्या सर्व गोष्टी नजरेआड झाल्या.

पूर्वी उघड्या माळरानावर करवंदाच्या जाळ्या दिसत. तिथून ती तोडून तिथेच खाण्यातली मजा आता विकत मिळत नाही ना ! चुकून वा मुद्दाम कच्ची करवंद काढली गेली तर चरी आणून ती धुतली की करवंदाचं शिजवून केलेलं तिखट - गोड लोणचं घरात आपोआपच बनायचं. आता ती मिळवायला विसावा हॉटेल पासून स्टेशनकडे जाणा-या रस्त्यावर जावं लागतं आणि नशीब चांगलं असेल तर त्याच दिवशी ती तिथे मिळतात. तरीही स्वत: काढून आणलेल्या आणि घरी बनवलेल्या लोणच्याची चव काही और लागते.

कसरा (आम्ही गंमतीत त्याला कचरा असं म्हणायचो कधीकधी) ही नेहमी घरात येणारी फळं नव्हेत. लालसर ते काळा असा त्यांचा रंग असतो. असतात अगदी लहान लिंबा एवढी. आणि वरून जाडे कुरळे लहान केस. त्या मीठ घालून उकडून खायच्या असतात. किती वेगळ्या आणि मस्त लागतात त्या ! होतात त्या तळयामधे. कुणीतरी तिथून काढून आणतं आणि बाजारात विकतं. लाल आणि काळ्या कसरांमधे चवीचा थोडा फरक होता. पण दोन्ही चवीत मजा होती. मला मात्र त्यातल्या त्यात काळ्याच जास्त आवडत. आता अनेक वर्षात त्यांची चवभेट झालेली नाही.

हल्ली रामफळ आणि सीताफळ यातील विशेष करून सीताफळ मिळतं बाजारात. रामफळ जणू गायब झालंय. आमचं एक घर मारूती चौकाजवळ

होतं. तिथे असलेल्या सीताफळाच्या झाडावरची फुलं जरा पांढरट दिसू लागली की आम्ही बहिणी ती खात होतो, आजोबा ओरडत तरीही. खरं तर ते ओरडायचे म्हणून जास्त मज्जा वाटायची. त्यांचं " अग, त्याची सीताफळं झाली की खा." हे पटायचंही पण तरीही ती खायचोच आम्ही. रामफळं आमच्या आक्षीच्या वाडीत होती. तिथे राहणा-या कुळाने दिली तर ती मिळायची. सीताफळ अगदी गोड तर रामफळं गोड असली तरी ती अगदी गोड नसतात. अलिकडे तर मला हनुमान फळ या नावाचं एक फळ दिसलं. बरोब्बर सीताफळ व रामफळ याचं एकत्र असं फळ, चवही दोन्ही एकत्र केलं तर असेल तशी. हिरवट लाल रंगाचं. बिया आहेत याची मामुली झलक बाहेरून दिसत होती.

हलक्या तपकिरी रंगाची 'अळू' या नावाची फळं क्वचित मिळायची बाजारात. त्याच्या रूपावरून फारसं कुणी घेणारही नाही ती खाण्यासाठी. मोठ्या लिंबापेक्षा जरा लहान – मोठी एवढी असतात ती फळं. आत एक बी असते. ही फळं मला जास्त करून माथेरानला मिळाली आहेत. (तशीच फणसं या नावाची वालाच्या दाण्याएवढी लालसर गोड फळं मी माथेरानला झाडाखाली वेचून खाल्ली आहेत. ती बाजारात मिळत नाहीत. आणि माझा यासाठीचा मार्गदर्शक माझा मामा. त्यानेच मला तिथल्या जंगलातली भाजीसाठीची चिंचुर्डी ही फळं गोळा करायला शिकवली.) कासाळूची भाजी देखील नाहीच पाहायला मिळालेली कित्तीतरी वर्षात. कंद प्रकारातल्या कशाचीही नाही, एक सुरण सोडून.

किती छोट्या छोट्या गोष्टी असतात नाही आनंद देणा-या ! ना तर त्यासाठी फार पैसा लागत ना वेळ. हेच पहा ना की घराच्या मागच्या अंगणाच्या नंतरची विहीर आणि भोवतीची गच्ची ओलांडून पुढे गेलं की वाडी होती. झाडांच्या खाली हृदयाच्या आकाराची तीन एकत्र असं एक पान, अशी अगदी लहान पान उगवत. जेमतेम इंचभर उंच. ती खायला मस्त आंबट लागायची. ती एकदा ओळखू येवू लागल्यावर मग ती खूप ठिकाणी दिसू

लागली. बागेत, जंगलात कुठेही, पण झाडाच्या खाली, कारण त्यांना ओलावा हवा असे. ती अजूनही कुठेकुठे दिसतात आणि मी अजूनही त्यातलं एक तरी पान खातेच. तशीच चिचेच्या झाडाची कोवळी पानंही छान आंबट लागतात. करमळं, चिंच, अंबाडे, कै-या, चोर चिंच, बोरं ही सगळी आंबट – चिंबट भावंड भेटतंच राहतात अधून मधून, निखळ आनंद देण्यासाठी.

******

शाळेकडे

कोणतंही खास नांव नसलेली ती आमची शाळा सुंदराबाईंची शाळा म्हणून प्रसिद्ध होती. आम्ही मुली तशा नशीबवान कारण ज्या काळात मुलींना शिक्षण मिळेलंच अशी खात्री नव्हती त्या काळात एका बाईच्या मनात आलं की अगदी लहान मुला-मुलींसाठी एक शिक्षण वर्ग चालू करावा. पहिली ते आठवीसाठी न्युनिसीपालिटीची शाळा होती, मग त्या आधीच्या शिक्षणासाठी शाळा सुरू करावी असं त्यांना वाटलं असावं.

आमच्या कापडाच्या दुकानाच्या बाहेरच्या बाजूला व्हरांडा होता. तिथल्या बाकावर माझे आजोबा बसत. दुकान माझे वडील चालवत. आमचं घर ते बाजाराची दगडी इमारत यांच्या मधे एक मोठा वाडा होता – गुर्जर वाडा. त्याचा तळमजला जमिनीपासून 7–8 पाय-या चढल्या की सुरू होई. तिथे राहणारे रंगोबा

गुर्जर एक भरीव व्यक्तिमत्व होतं. खाकी हाफ पँट आणि डोक्यावर मोठी शिकारी टोपी हा त्यांच्या पेहरावाचा महत्वाचा हिस्सा असे. ते एकदा आमच्याकडे आले आणि त्यांनी आजोबांपुढे प्रश्न टाकला , “हे काय? तुमची नात शाळेत पाठवणार आहात की नाही? ...... एवढी एक शाळा आहे आणि असं कसं? ....” त्यानंतर माझी शाळेत रवानगी झाली. म्हणून मी स्वत:ला नशीबवान असं म्हटलं. ती शाळा नसती आणि रंगोबा गुर्जर यांनी असा प्रश्न केला नसता तर माझी शाळा एवढ्या लवकर सुरूच झाली नसती. म्हणा गेले असते मी शाळेत पण नंतर कधीतरी. अर्थात माझी एक आत्या होती चांगली शिकलेली, तिच्यामुळे तरी मी शाळेत कधीतरी गेलेच असते. तसे तर आजोबाही होतेच शिकलेले, अगदी बी ए एल एल बी झालेले. एकूणच सटवाईने शिक्षण लिहीलेलं होतच माझ्या कपाळावर.

शाळा काही अगदी जवळ नव्हती एकटं जायला - यायला, मग कुणीतरी तिथे नेणं व आणणं हे करणं आलंच. मला आठवतंय की भागीरथी नावाची बाई हे काम करत असे. आता तसा प्रकार नसतो. अगदी सगळी मुलं शाळेत जातातच. पालकवर्गाला कधी एकदा आपलं मूल शाळेत जातं असं झालेलं असतं. मग ती भले रडत का जावोत ना पण 'एकदा ती अडकली शाळेत की सुटलो आपण काही तास' ही भावना कुठेतरी मनाच्या कोप-यात असते. मूल मोठं होईल तसतशी ती शाळेत जास्त अडकत जातात आणि तसतसे पालक सुटत जातात. आई-वडीलांना मुलांना शाळेत सोडायची - आणायची हौस पण असतेच. कारण त्यांच्याकडे दोनचाकी तरी असतेच. अगदी घरकाम करणा-यांकडेही असते. तशी ती सगळ्यांकडेच असते. नाहीतर रिक्षा तर असतेच. काही पालक तर एका रिक्षातून बरीच मुलं घेवून जाणा-या रिक्षावाल्या बरोबर आपली मुलं पाठवतात. आणि ती अशी मुलं रिक्षातून बाहेर पडतात की काय असं वाटू देणा-या रिक्षा पाहिल्या की माझं मन घाबरं होतं.

तर ती भागीरथी होती. गोल मोठ्ठं कुंकू लावणारी. असेल जेमतेम चार फुटांची, पण केवढा जबरदस्त आवाज होता तिचा. हातात एक झाडाची तोडलेली फ़ांदी धरून ती आम्हाला धाक दाखवत असे. परंतु तिने कधी कोणाला ती फांदी अंगाला लावल्याचं आठवत तरी नाही. गुढघ्यापर्यंत येणारी 9 वारी साडी नेसून ती तुरूतुरू चालायची. दोन हातात दोन मुलांना पकडायची ती. उरलेली गप तिच्या मागे चालत असणार. अर्थात त्या काळात काही आजकाल सारख्या कशाही भुरभुर चालणा-या रिक्षा नव्हत्या. फार मोटारी नव्हत्या वा फार सायकलीही नव्हत्या. आज एवढी गर्दी देखील नव्हती रस्त्यावर. त्यामुळे मुलं एकटी देखील आरामशीर चालायची त्यावर. आमच्या बाजारपेठेतला एवढासा रस्ता, एकदा दोन्ही बाजूंनी जरासा रूंद केला होता, तर तो केवढा तरी मोठ्ठा झालाय असं वाटायचं आम्हा मुलांना. यामुळे मुलांनी कुणाचाही हात न धरता रस्त्यावर चालणं गैर नव्हतं.

आमच्या घरून हिराकोट तळ्याकडे जाताना इंडस्ट्रीयल शाळा उजव्या हाताला लागे. दुर्दैवाने आता त्या दगडी इमारतीचा मागमूसही नाही तिथे. जुन्या वास्तू सांभाळायचं अलिबागकरांच्या मनात येईल तो दिवस भाग्याचा. माझे आजोबाही त्याच शाळेत शिकले असणार. अशा अनेक इमारती आहेत ज्या अलिबागच्या इतिहासाचा वारसा आहेत. अगदी जुनी चुन्यात बांधलेली घरं देखिल 'हेरिटेज'चाच भाग आहेत. आमची शाळा होती इंडस्ट्रीयल शाळेच्या समोर, एक लोखंडी दरवाजा थोड्या मोकळ्या जागेत उघडत होता, तिथे. त्यातून आत गेल्यावर प्रथम उजव्या हाताला एक छानशी इमारत होती जिथे काही दिवस शिकायला मिळालं मला. आमची बिगरीची लहानशी शाळा जरा पुढे डाव्या बाजूला होती. अगदी एकच वर्ग असलेली. शाळा सुरू होण्याआधी तिथे पांजरपोळ असायचा. त्या लहानग्या वर्गाच्या एका बाजूला भिंत नव्हतीच. तिथे होते गज, वर पासून खालपर्यंत. आणि दुस-या एका बाजूला एक दरवाजा. बाकी दोन्ही भिंती अखंड उभ्या होत्या. बिना मालकाची गावभर उंडारलेली सगळी गाय – बैल सारखी जनावरं तिथे कोंडून ठेवत. नंतर ती जागा चक्क लहान मुलांना अडकवण्यासाठी वापरण्यात आली. इथे बालक असलेली मुलं त्यांच्या पालकांच्या इच्छेने पाठवली जात. केवढा विरोधाभास ! समुद्राजवळच्या मोठ्ठ्या मैदानाच्या आधी, डावीकडे शाळा, उजवीकडे एक लहान विहीर आणि त्यामधून रस्ता मैदानाकडे जाई. तरीही आमच्या पालकांना कधी त्या उघड्या सहज डोकावता येण्याजोग्या विहीरीचं भ्या वाटल्याचं वा आम्हाला 'तिकडे जाऊ नका' असं सांगितल्याचं स्मरत नाही. विहीरी तर सगळ्यांच्या घरी होत्या. जीवनदायी पाणी देणा-या विहीरींबाबत घाबरण्यासारखं काय असतं, हे आताच्या पालकांना विचारायला हवं.

शाळा आणि तिथल्या बाई हे समीकरण म्हणजे काहीतरी शिकणं -- शिकवणं हे आलंच. परंतु बाई शाळेत शिकवत म्हणजे नक्की काय, हे आठवायचं कठीण आहे. तरी एवढं नक्की की त्यांच्या शिकवण्यावर आमच्यापैकी काहींना सरळ दुसरीत प्रवेश मिळाला होता. बाई प्रेमळ होत्या. कारण त्या रागावतात असं आम्ही कधी घरी जाऊन सांगितल्याचं माझ्या

आईला आठवत नाहीये. खरं तर आमच्या आईनं सुध्दा कधी शाळेत बाई काय शिकवतात वा तुम्ही मुलं काय करता असं विचारल्याचंही, तिला वा मला स्मरत नाहीये. कदाचित तशी पध्दतंच नसावी त्या काळात. मला मात्र तिथे काही खेळ खेळत असू असं आठवतंय. त्यात एक खेळ म्हणजे फनेल वापरून बाटलीत पाणी भरणे, हा होता हे आठवतंय. आमच्या घरी नसलेली खेळणी तिथे मिळत. एका बाजूला रंगीबेरंगी मोठ्ठे लाकडी मणी असलेली पाटी तिथे होती. आणखी कायकाय होतं ते आता आठवत नाहीये . परंतु आम्हाला दोन तास आनंदाने तिथे ठेवून घेण्याची व पुन्हा पुढील दिवशी तिथे आनंदाने नेण्याची ताकद त्या शाळेत होती.

******

आमच्या बाई

एकदा आमच्या बाई आजारी पडल्या. मग आताच्या काळात कधिही घडू न शकणारी गोष्ट तेव्हा घडली. आताच्या नोकरी करणा-या शिक्षकांबाबत एक गोष्ट नक्की अशी की ती त्यांची नोकरी असते. आजारी पडल्याच तर सुटी घेवून घरी राहायचं. त्यांच्या ऐवजी दुसरं कुणीतरी असतं वर्ग सांभाळण्यासाठी. परंतु सुंदराबाईंच्या शाळेचं तसं नव्हतं. त्या नसल्या तर शाळा बंद. खरं तर त्यांनी तसं केलं असतं तरी चाललंही असतं. पण आमच्या जगावेगळया बाईंनी जगावेगळा निर्णय घेतला. त्या दिवशी शाळा त्यांच्या घरी भरली आणि त्यांच्या पतीने आम्हाला शिकवलं. यापैकी कोणत्याही 'का' ला काही उत्तर नाही. त्यावेळी त्यांनी एक गोष्ट सांगितली ती थोडक्यात अशी. "एका मुलाला एका ऐत्यावेळच्या स्पर्धेत गोष्ट सांगायची होती. परंतु खूप कथा माहित असणा-या त्या मुलाला काहीच धड सांगता आलं नाही. मग ते बक्षिस एकच गोष्ट येत असणा-या एका मुलाला मिळालं. म्हणून तुमची एक तरी गोष्ट सांगण्यासाठी तयार हवी." एक नवीन धडा होता तो आमच्यासाठी.

बाई गोष्टी सांगत व गाणीही शिकवत. मधले काही दात पडलेल्या, केसांचा अंबाडा घातलेल्या, छान मराठी बोलणा-या आमच्या गुजराथी बाई स्वत: उभं राहून कमरेवर हात धरून नाचही शिकवत. आमचं बालपण आम्हाला चांगलं अनुभवू दिल्याबद्दल आणि खेळण्याच्या काळात मनमुअराद खेळण्याचा आनंद लुटू दिल्याबद्दल आमच्या पालकांचे व शिक्षकांचे आभार मानावे तेवढे थोडे. आजच्या अभ्यासात, मोबाईलमधे व परीक्षेत हरवलेल्या लहान मुलांसारखं आमचं झालं नाही. खरं तर याबद्दलचं श्रेय त्या काळालाही द्यायला हवं. आताच्या मानाने तेव्हा लोकसंख्या बरीच कमी होती. पाहिजे त्या डिग्रीसाठी प्रवेश मिळवणं कठीण नव्हतं. त्यामुळे आताएवढी जीवघेणी स्पर्धा

नव्हती. सगळं कसं साधं सोपं सरळ होतं. माणसं आयुष्यातला आनंद लहान गोष्टींमधे शोधत होती. त्यामुळे सुखी होती.

आम्ही आमच्या शाळेच्या बाईंना भेटलो तर आदराने वागत होतो. आता माझ्या हजारोंच्या विद्यार्थी वर्गाला माझी आठवण तरी होत असेल का अशी शंका येते. अर्थात हे विसरता कामा नये की माझे विद्यार्थी सगळ्या जगभर पसरले आहेत. आमच्या बाईंचे विद्यार्थी फार तर महाराष्ट्रभर पसरले. माझ्या आठवणी प्रमाणे बाई शेवटपर्यंत त्या एकाच घरात राहिल्या, देवीच्या देवळाजवळच्या. हल्लीच्या शिक्षकांप्रमाणे त्यांनी कधी शिकवणी केली नाही, त्यामुळे त्यांचं राहणीमानही फार बदललं असण्याची शक्यता नव्हतीच. त्यानंतर कितीतरी शिक्षक भेटले पण माझी शिक्षण क्षेत्राशी ओळख या बाईंपासून झाली.

तरीही शिक्षणाशी माझी ओळख या सुंदराबाईंच्या शाळेत जाण्याआधीपासून झाली होती, ती माझ्या आईमुळे. कधीतरी खूप लहानपणीच तिने मला घरी शिकवायला सुरूवात केली असावी. भाजी निवडता निवडता ती मला गणित शिकवे. त्यासाठी कांदे, बटाटे, तोंडली, वांगी, भेंडी असं काही पण चालायचं. कसं कोणजाणे पण मला ते अगदी किंचितसं पुसटसं आठवतंय. त्याच्या साहाय्याने तिने मला पाढे देखील शिकवले असणार. आणि मग मग तर पाटीवर मोठ्या संख्या मांडून बेरीज – वजाबाकी सुध्दा. माझे आई-वडील दोघांचंही अक्षर वळणदार आणि सुंदर होतं त्यामुळे त्यांनी लिहीलेली अक्षरं गिरवल्याने माझं अक्षरही चांगलं झालं. आणि आता कॉम्प्युटरच्या जमान्यात थोडं बिघडलंय. फारसं कधी हाताने लिहीलंच जात नाही ना !

यानंतर ओळख झाली ती आमच्या नगरपालिकेच्या शाळेतील शिक्षकांशी. सहा वर्षांच्या आसपास वय झालं की बालकांची रवानगी पहिलीत होई. आणि पाल्याला शाळेत कधी घालायचं वा घालायचं की नाही हा निर्णय पालकांचा असे. आतासारखे शाळा आणि शाळेसाठीचे सरकारने ठरवलेले

कायदे त्यात लुडबुड करत नसत. कधी कधी तर विद्यार्थ्यांची हुशारी पाहून त्याला एकदम दुसरीत घेत वा घालत.

कोंडवाड्यातील शाळेनंतर ही नगरपालिकेची शाळा अती सुंदर वाटावी अशीच होती. पहिली ते आठवीच्या या शाळेत दर वर्गाची एकेकच तुकडी होती. आणि ती फक्त मुलींची होती. त्याकाळात अलिबागमधे वीज नव्हती. तरीही एल् या इंग्रजी आकाराच्या या शाळेत उत्तम रीतीने हवा खेळत (वायुवीजन) असे. समोरच मुलांची शाळा होती. मधे मोठ्ठं मैदान होतं. वर्षातील अनेक महिने ते हिरवं असायचं. गंमत अशी की त्या मैदानात नव्हती तरी आमच्या मनात तिथे एक लक्ष्मण रेषा असावी कारण आम्ही चुकूनही कधी एकत्र खेळलो नाही वा चुकूनही कधी जिथे मुलगे असू शकतील अशा मैदानाच्या भागात गेलो नाही. त्यालाही कारण होतं, मैदानच एवढं मोठं होतं की तिकडची मुलं कधी इकडे आली वा इकडच्या मुली तिकडे गेल्या, असं झालं नाही. सकाळी 11 ते संध्याकाळी 5.30 पर्यंत शाळा असायची आणि इतर वेळेस शाळेची बैठी इमारत बंद असायची. आतासारख्या दोन वा तीन शिफ्ट नव्हत्या.

आमचा पहिलीचा वर्ग शाळेत शिरल्यावर लगेच उजव्या हाताला होता. वर्गात इतक्या कमी मुली होत्या की आम्ही सगळ्या दूरदूर बसल्यानंतरही बरीच जागा उरत होती. शिक्षण फुकट होतं तरी फार कमी विद्यार्थिनी का होत्या वा का आहेत एवढा विचार करण्याचं माझं वय नव्हतं. एक चौकोनी बसकट मी घरून नेत असे. साधारण दीड ते दोन फुटांचा तो सतरंजीच्या तुकड्यासारखा दिसणारा चौकोनी तुकडा तेव्हा बाजारात मिळत असे. इतर काही मुली लादीवरच बसत. आम्ही सगळ्याच मैत्रिणी नेहमी वा सुटीत जमलेली भावंडं सगळे बैठे खेळ सरळ लादीवरच बसून खेळत होतो.

लहानपणी शाळेत इन्स्पेक्टर येणार असं कळलं की आम्हा मुलांना भिती का वाटायची कोणजाणे. जसं काही ते आमचीच डोकी तपासायला येताहेत असं वागायचो आम्ही. पुढे पाचवीनंतर असं लक्षात आलं की एका हुशार

विद्यार्थ्याबरोबर एक जरा कमी हुशार विद्यार्थी असं बसवत आम्हाला. पण ही गोष्ट पहिलीतली आहे जेव्हा आम्हाला काहीच कळत नव्हतं आणि ही आठवण देखील माझ्या बाईंनी (जोग) मी मोठी झाल्यानंतर मला सांगितलेली आहे. एकदा एका इन्स्पेक्टरने 'कुणी एखादं गाणं म्हणणार का' असं विचारलं तर त्याला 'हो' असं म्हणत मी उठून त्याच्याजवळ गेले आणि त्याचे कान धरत 'च्यावम्याव पत्रावळीचं पाणी प्याव, काशीत ज्याव खीर खाव' असं गाणं म्हटलं होतं. आधी बावरला आणि मग चकित झाला होता तो.

आम्हाला पहिली ते चौथी सगळे विषय एकच बाई शिकवत. आणि शिकवण्यासाठी सगळ्याजणी बायकाच होत्या. त्यावेळी पहिलीला होत्या जोग बाई. बाकीच्यांची नावं विस्मृतीत गेली आहेत. त्याकाळी शिक्षकांना त्यांच्या आडनावाने संबोधण्याची पध्दत होती, आतासारखं पहिल्या नावाने नाही. नावाने हाक मारली की शिक्षक व विद्यार्थी यांच्यात जवळचे व मित्रत्वाचे नाते निर्माण होते म्हणे, ज्यामुळे मुलं पटकन शिकतात, असा अलिकडे समज आहे. आम्हाला मात्र थोडा धाकच होता शिक्षकांचा. तरीही तेव्हाच्या पध्दतीने तेही बरोबरच होतं. त्यावेळी तर शिक्षक आमच्या पालकांनाही नीट ओळखत. आणि त्यांचे पालकांशी मित्रत्वाचे संबंध होते.

******

दोन शाळा

पहिलीत असताना बहुतेक वेळा माझं शाळेत जाणं अनवाणी व्हायचं. चपला हरवण्यात हुशार मला किती चपला घेतील पालक ? आणि माझ्या खूपशा मैत्रिणीही तशाच येत, अनवाणी ! मातीच्या रस्त्यावरून मस्त मज्जा करत, पायाने एखादा दगड वा एखादा बिल्ला उडवत बेफिकीरीत चालायचो आम्ही मैत्रिणी. शाळा तरी कुठे दूर होती? घरातून निघाल्यापासून पाचव्या मिनीटाला शाळेत पोचत होते मी. त्यावेळी कधी पायाला खूप लागलं वा पाय कापला असं झालेलं आठवत नाही. छान मऊ मातीच्या रस्त्यावरून चालणं छान वाटायचं बहुतेक.

शाळेच्या जवळ पोचलो की डाव्या हाताला एक लांबलचक इमारत लागत असे. कधीतरी एका काळी त्या इमारतीत एम एस इ बी चं ऑफिस होतं. तर त्या इमारतीच्या पुढच्या रिकाम्या जागेत एक मोट्ठं करंजाचं झाड होतं. त्या झाडाची सावली खूप मोठी होती. उन्हाळा जवळ आला की ते आमच्या पायाखाली पांढ=या – जांभळया फुलांचा गालिचा घालत असे. शाळेच्या एका बाजूला आंग्रेंच्या कुटुंबातील लोकांच्या दगडी समाध्या होत्या. नेहमी त्या भागातली जंगलासारखी वाढलेली झुडुपं व गवत पाहून तिथे जायची आम्ही कधी हिम्मत केली नाही. पुढच्या तीन वर्षातली कदाचित सगळी वर्ष मी दुस-या एका शाळेत काढली.

शंकराच्या देवळासमोर जिथे पूर्वी हौद होता, तिथे एक शाळा होती. आधीच्या शाळेपासून आणखी दोन मिनीटं दूर. ती आमच्या नगरपालिकेच्या शाळेचं एक्सटेन्शन होती बहुधा. कारण पहिलीनंतर आपोआपच आमची रवानगी तिथे झाली. तिच्या एका बाजूला एक विहिरही होती. कदाचित ते कुणाचं तरी रहातं घर असावं असं बांधलेलं होतं. पुढे लांब पडवी आणि थोडं पायरीभर चढून दोन खोल्या. मग त्याची शाळा झाली होती.

गंमत म्हणजे त्या लांब पडवीत दोन वर्ग भरत. आणि मुलं एकमेकांकडे पाठ करून आपापल्या वर्गात बसत. त्यांना कधिही एकमेकांचा त्रास झाला नाही. ना तर शिक्षकांना एकमेकांचा झाला. सगळ्या वर्गात मुलींना बसण्यासाठी जमिनीपासून दोन इंच उंच असे लांब लाकडी पाट होते. एका पाटावर चार – पाच मुली सहज बसत. या शाळेत काही गंमती होत्या. एकतर ही शाळा अगदी साधीसुधी होती. आम्ही घरातले कपडे घालून शाळेत जात असू. खरं तर आम्हाला घरातले - बाहेरचे असे वेगवेगळे कपडे नव्हतेच मुळी. त्या काळात इतक्या लहान वर्गांना गणवेश नव्हताच. शिवाय तिथल्या पाटांची एक मज्जा होती. पाटाखाली जरा उकरलं की (सारवलेली जमिन होती ती) आम्हा मुलींना रंगीबेरंगी मणी मिळत. आम्हाला ती जादू वाटत होती. काहीतरी विशेष घडतंय असं कायम वाटायचं. आम्हाला तिथे एक विषय होता (समाजजीवन की समाजशास्त्र?) ज्यासाठी आम्हाला एक खास वही करावी लागायची. त्यात साधारण चार स्तंभ डाव्या आणि चार स्तंभ उजव्या बाजूला आखले जायचे. दर दिवशी ते भरावे अशी शिस्त होती. पण मी मात्र ते ज्यादिवशी बाई वही तपासणार असतील त्याच्या आदल्या दिवशी आधीच्या सगळ्या दिवसांचं लिहीत असे. वार आणि तारीख याशिवाय दरदिवशी चांगलं केलेलं काम, वाईट कृत्य, कुणाला केलेली मदत, असलं काय काय भरावं लागे. आमची नेहमीची कृत्य (?) काहिशी अशी असत.... 'आईला मदत केली', 'लहान भावाला रागावले', 'भिका-याला पैसा दिला', लहान बहिणीला फटका दिला', ' झाडाला पाणी घातले' इत्यादी. ती एक मोठीच गंमत होती. आमची खरी कृत्यं आणि ते भरलेले स्तंभ यांचा काहीही संबंध असण्याची सुतराम शक्यता नव्हती. काहीही लिहीत होते मी. विद्यार्थी असताना ते ठीक आहे पण आमच्या बाईंना ते थापा मारणं कळायचं नाही?

त्या शाळेच्या खिडक्या जमिनीपासून फार उंच नव्हत्या. एकदा कुठल्यातरी प्रकारची सोंगं घेवून काही लोकं आले (बहुधा तेली ब्राम्हण) ते पाहायला मी खूपच वाकले. इतकी की मी खिडकीतून बाहेर पडले, पण अर्धवटच. माझा फ्रॉक खिडकीच्या कडीला अडकला आणि मी अर्धवट लोंबकळत राहिले.

माझे गाल त्यामुळे ओरबाडल्यासारखे झाले होते, ते अजूनही आठवतंय. कुणी काढलं मला तिथून ते मात्र आठवत नाही.

मला असं वाटतंय की दोन वर्ष तिथे काढून चौथीसाठी मी परत जुन्या शाळेत गेले. कारण तो एक वेगळा वर्ग आठवतोय. (माझ्या काही आठवणी चुकीच्याही असू शकतात.) त्याहीपेक्षा महत्वाचं होतं ते त्या नगरपालिकेच्या शाळेने आम्हाला काय असं विशेष शिकवलं हे सांगणं. आमच्या रोजच्या अभ्यासात कधी पालकांना लक्ष घालावं नाही. तरी आम्ही परीक्षा देत होतो, पुढच्या वर्गात जात होतो, सगळं कसं बिनबोभाट चाललं होतं. माझ्या वडिलांना तर माहितीच नसायचं की मी कितवीत आहे. मग कुणी विचारलंच तर मलाच बाहेर दुकानात बोलवून विचारायचे की 'तू कितवीत आहेस'. शिवणकाम शिकवणा-या चांगल्या शिक्षिका तिथे खचितच होत्या. एक चौकोनी कापड घेऊन आम्हाला त्याचा रूमाल बनवावा लागत असे. तो चारही बाजूंनी चांगला दुमडून त्यावर धावदोरा, टीप, हेम व टॅकिंग असे चार प्रकारचे टाके घालावे लागत. आणि आतमधे भरतकामाचे वेगवेगळ्या प्रकारचे टाके ---- साखळी टाके, उलटी टीप, गवताचे टाके, जाळीचे टाके, असे अनेक ---- तो रूमाल भरेपर्यंत ! मी दुस-या एका कापडाच्या तुकड्यावर काज करणे व बटण शिवणे हेही करत असे आणि आणखी एका तुकड्यावर मधे मुद्दामच फाडून रफू बनवत असे. आता त्याच वयाच्या मुलींना यापैकी काय येतं, याची चौकशी करायला मला आवडेल. निदान त्यांना सुईत दोरा घालता येत असेल तरी मला त्यांच्या शाळेचं कौतुक करायला आवडेल.

आमची एल आकाराची शाळा अजून दिसते. पण आमची दुसरी शाळा म्हणजेच एक्सटेंशन, आता तिथे नाही. शाळा नाही, बाजूचा हौद गायब आहे आणि शाळेला लागून असलेली खोल विहीरही बुजवली गेली आहे. अलिबागेतील वास्तू, इतर बांधकामं, झाडं, तळी नाहीशी करणं तिथल्या कुणाला आनंद देतंय कुणास ठाऊक? त्या वास्तूंना सुध्दा नाहीसं होताना वाईटच वाटलं असणार अशी माझी खात्री आहे.

त्या शाळेची आणखी एक आठवण तिथल्या मैदानाची. मी तिथे सायकल चालवायला शिकले. माझी त्या वेळची मैत्रिण शीला सावंत हिलाही त्याच वेळी सायकल शिकाविशी वाटावं ही माझ्यासाठी तरी खचितच आनंदाची गोष्ट होती. भणसाळी यांचं सायकलींचं दुकान आमच्या दुकानाच्या एक घर सोडून होतं. तिथून आम्ही तासाभरासाठी सायकल भाड्याने घेऊन ती हातात धरून शाळेच्या मैदानात नेत असू. मग तिथे आमची सर्कस सुरू व्हायची. मी सायकलवर बसले तर ती मला धरून ठेवायची आणि ती वर बसली की मी. अशा त-हेने आमचं सायकल शिकणं बराच वेळ चाले. त्या काळात सायकलचं भाडं होतं तीन आणे म्हणजे एकोणीस पैसे. मग ते समसमान कसे वाटून घ्यायचे? एक दिवस मी दहा पैसे द्यायची आणि ती नऊ पैसे तर दुस-या दिवशी ती दहा पैसे आणि मी नऊ.

या भागीदारीचा शेवट आम्ही दोघी सायकल नीट चालवता येण्यात झाला. आणि याला साक्षीदार होतं शाळेचं मैदान !

******

मराठी शाळा ते इंग्रजी शाळा

नगरपालिकेच्या शाळेतून चौथी पास झाल्यावर माझी रवानगी कोकण एज्युकेशन सोसायटीच्या खाजगी शाळेत झाली. आमची ही जानकीबाई हळदवणेकर शाळा खरं तर आठवीपासून होती, परंतु त्याच वर्षी ती पाचवीपासून करण्याचं ठरलं. म्हणून, माझी रवानगी तिथे करण्यात आली. तीही एक गंमतच. सगळं ठरलं तरी कदाचित शाळेच्या खोल्या तयार नव्हत्या म्हणून आम्हाला काही दिवस इंडस्ट्रीयल हायस्कूलमधे बसवलं, मुलांबरोबर ! (इंडस्ट्रीयल हायस्कूल ही शाळा मुलांसाठी होती.) आम्ही पहिल्यांदाच 'एकत्र शिक्षण' घेत होतो. या हायस्कूलच्या समोर त्याचाच भाग असलेली एक एकमजली इमारत होती. त्यात पहिल्या मजल्यावर आमचा वर्ग होता. एका बाजूला मुली व दुस-या बाजूला मुलगे असं आमचं विभाजन झालं होतं. आम्ही सुमारे 20 ते 25 मुली होतो तेव्हा त्या वर्गात. तिथे प्रथमच आमचं इंग्रजी शिकणं सुरू झालं.

घरी माझे आजोबा मला ती परकी भाषा शिकवत असत. त्यावळी शाळेत घडलेली एक गंमत आठवते. आमचे शिक्षक आम्हाला इंग्रजी शिकवत असताना त्यांनी माझी मैत्रिण मीरा पळणिटकर हिला विचारलं "व्हॉट इज युवर नेम ?" तर तिने उभं राहून ऐटीत उत्तर दिलं, "माय नेम इज पेन." या उत्तरावर सगळेच खूप हसले. खरं तर खूप हुशार होती माझी मैत्रिण मीरा ! मी माझी वर्ग मैत्रिण शैला लेले (आता अंजली बापट) हिच्याशी बोलत होते तर तिलाही हा किस्सा लगेच आठवला. लहानपणची एखादी घटना वा लहानशी गोष्ट सुध्दा मनात किती रूतून बसून असते ! नाहीतर आत्ता कालपरवा खाल्लेली भाजी आज आठवत नाही, अशी परीस्थिती आहे.

त्या शाळेत असतानाचीच गोष्ट. आमच्या शाळेच्या इमारतीच्या बाजूला एक गोल ब-यापैकी मोठा खड्डा झाला होता. तो कुणी, कधी आणि

कशासाठी बनवला होता कोणजाणे. आणि पावसाळा असल्याने त्यात वरपर्यंत पाणी साठलेलं होतं. आमच्या छोट्या सुटीत, शाळा भरण्याआधी वा कधी ते आठवत नाही, आम्ही मैत्रिणी तिथे गेलो खेळता खेळता आणि आमची मैत्रिण शैला त्या खड्ड्यात पडली, तिच्या गणवेशासकट. ती बुडण्याएवढा तो खोल नव्हता त्यामुळे आम्ही तिला बाहेर ओढण्यात यशस्वी झालो. आणि फक्त त्यावेळीच होऊ शकणारी गोष्ट झाली. काही मैत्रिणी तिला घेऊन तिच्या घरी गेल्या. गंमतीची कथा ही की याचा शाळेत कुणाला पत्ताच नव्हता. कुणी शिक्षकाने कधी काही विचारलं नाही. दुस-या पालकांनी काही विचारलं नाही. 'असा कसा खड्डा आहे तिथे शाळेजवळ? आमच्या मुलांसाठी धोकादायक आहे. प्रथम तो बुजवा... .... ' असलं कुणीही काही बोललं नाही. प्रश्न उभे केले नाहीत. लहान-सहान गोष्टींचा मोठा बागुलबुआ होणा-या आत्ताच्या दिवसात हे असं घडलं तर काय काय होईल, याचा विचार सुध्दा नको वाटतो.

त्या शाळेत आणखी एक विशेष होतं. चित्रकलेसाठी एक वेगळा वर्ग होता. इंडस्ट्रीयल हायस्कूलच्या मुख्य सुंदर दगडी इमारतीच्या खालच्या मजल्यावर शाळेच्या मागच्या बाजूला एक मोठा वर्ग, खास त्यासाठी राखून ठेवलेला होता. तिथली लांब-रूंद मोठी पुढची बाजू असलेली बाकं खास होती. चित्रकला शिकवणारे शिक्षकही खासच होते. पांढरं धोतर व वर शर्ट घालणारे पराडकर सर त्यांच्या कलेत माहिर होते. त्या वर्गात जाऊन चित्र काढणे हा एक खास असा वेगळा अनुभव होता. मला आठवतंय की एकदा त्यांनी आम्हाला एका भिका-याचं चित्र काढायला सांगितलं. मला ते काही केल्या जमेना. आयुष्यात प्रथमच तर चित्र काढायला शिकत होते मी. मग मी सरांकडे जाऊन त्यांना सांगितलं की 'मला शिकवा ते चित्र काढायला.' त्यांनी लगेचच त्यांच पेन काढलं आणि माझ्याच चित्रकलेच्या वहीत पट्कन एक भिका-याचं चित्र रेखाटलं. मी ते खूप वर्ष जपून ठेवलं होतं. आम्ही नीट चित्र काढायला शिकावं म्हणून बहुधा आम्हाला चित्रकलेसाठी दोन लागोपाठचे तास एकत्र असायचे.

पुढची 6-7 वर्ष आम्ही ज्या शाळेत शिकणार होतो तिथे आमची पाठवणी झाल्यानंतर आमचा हा खास हक्कही गेलाच. मग त्यापुढे आम्ही जे 'ड्रॉईंग' म्हणून शिकलो ते "चौकोनात त्रिकोण काढून त्यात चित्र बनवून ते रंगवा." अथवा "त्रिकोणात गोल काढून त्यात चौकोन काढून ते रंगवा" या असल्या प्रकारात मोडणारं होतं. पराडकर सरांसारखे शिक्षक मिळणं काही काळासाठी शक्य झालं कारण आम्ही नशीबवान होतो. हळदवणेकर शाळेत असे खास शिक्षक नव्हते, त्यामुळे आमची अंगभूत कला आमची आम्ही विकसित केली तेवढीच. एकदा तर आमच्या बाईंनी आमच्या शिपायाला समोरच्या सदाफुलीच्या जरा वाढलेल्या रोपाची एक फूल असलेली लहान फांदी काढून आणायला सांगितली, ती एका पाण्याच्या ग्लासात ठेवली आणि 'काढा आता हे चित्र' असा हुकूम केला. चित्रकलेसाठी प्रशिक्षीत असे कुणी शिक्षक आम्हाला चित्र काढायला शिकवायला नव्हते. परंतु आम्ही सगळ्या चित्रकलेत इतक्या हुशार होतो की कधी कुणी या विषयात नापास झालं नाही !

या शाळेबाबतही आम्ही मुली नशीबवान होतो कारण इथेही शाळेच्या चारही बाजूने भरपूर जागा होती. आजकालच्या शाळांना बाजूला जराशी देखील जागा नसते. मुंबईत वा इतर शहरांमधूनही तर हेच दिसतं. आम्हाला खेळायला मनसोक्त जागा होती. शाळेत आत शिरल्यावर जागा होतीच. शिवाय उजव्या हाताला एक विहीर (की हौद?) होतीच. आणखी उजव्या हाताला खूप मोठं पटांगण होतं. आमचे शारीरीक कवायतीचे वर्ग तिथे होत असत. डाव्या बाजूलाही खूप जागा होती. शाळेच्या मागेही जागा होती. आमच्या शाळेचा आराखडा ज्याने मांडला त्याने एक इमारत नाही, एक छानशी शाळा बांधली होती. चारही बाजूंनी वर्गखोल्या आणि मधे रिंग टेनिसचं एक कोर्ट बनेल एवढी जागा, शिवाय बाजूबाजूने फुलझाडं.

एक मात्र मोठी पंचाईत होती. आमच्यासाठी चांगलं स्वच्छतागृह नव्हतं. खूप मोठ्या पटांगणाच्या शेवटी कोप-यात एक होतं बहुधा पण मी कधी तिथे गेलेली नाही. जावं असं वाटावं असं त्याचं रूप नव्हतं. शिवाय दुपारच्या सुटीत

माझ्या ब-याच मैत्रिणी व मी घरी जात होतो. कधीतरी दुपारी शाळेबाहेर सोडण्याचं बंद केल्यावर देखील आम्ही कधी तिकडे गेलो नाही. कसं जमवलं इतकी वर्ष आता सांगता येणार नाही. आश्चर्य म्हणजे कधी आमच्या शिक्षिकांना देखील तिकडे जाताना पाहिलेलं नाही. कोणत्याही शाळेला अशी गैरसोय असणं हा आता अन्याय वाटतो. तेव्हा काहीच कसं वाटलं नाही ? कुणी पालक वा शिक्षीका यांनी त्या विरूध्द आवाज कसा उठवला नाही? कुणा वार्ताहराने कधी पेपरमधे कसं छापून आणलं नाही? कुणी नगरसेवकाने यात कसं काय लक्ष घातलं नाही? आतातरी काय परीस्थिती आहे कोणास माहित !

******

पाचवी ते अकरावी

पाचवीच्या वर्गात आम्ही पंचवीस जणी होतो. शाळेच्या इमारतीच्या आत शिरलं की समोर होता एक हिरवागार गवती चौकोन. उजवीकडे गेलं की एक वर्ग होता. त्यापुढच्या दरवाजातून वरच्या मजल्यावर जाण्यासाठी जिना आणि त्यापुढचा वर्ग आमचा पाचवीचा. आमच्या वर्गात आम्ही पाचजणी 'मंगल' होतो. हजारे, बर्गे, जवळेकर, मी आणि आमच्या वर्गशिक्षिका साठे बाई. त्यांची उंची काही आमच्यापेक्षा फार जास्त नव्हती. त्यापैकी मंगल जवळेकरला देव लवकर घेऊन गेला. हजारे आमच्याशी संपर्क ठेवावा या विचाराची नाही. बर्गे कुठे असते माहित नाही आणि आमच्या बाईशी आमचा काहीच संपर्क नाही.

त्या पुढच्या वर्षी आम्ही त्यापुढच्या खोलीत (कोप-यातल्या) गेलो. तिथे आम्हाला हिंदी शिकवायला एक अगदी बारीक शरीरयष्टीच्या एक बाई होत्या. त्यांचं नांव पारीख असावं असं वाटतंय. त्या ओठांचा चंबू करून शिकवायच्या. आम्ही त्यांचं नामकरण 'चिमणी' असं केलं होतं. बाकी कुणाला आम्ही काही नांवं ठेवल्याचं आठवत नाही. बाकीच्या आठवतात त्या भट बाई, लेले बाई, रहाळकर बाई, जोशी बाई (आम्ही त्यांना शिवण जोशी बाई असं म्हणायचो.), कल्पना जोशी बाई, इंदिरा जोशी बाई, तळवलकर बाई, महाजन बाई, छोट्या कामत बाई, चंदू पाटील बाई, बडाख सर, कुलकर्णी सर, जठार बाई असा शिक्षक वर्ग होता.

यांपैकी एक सर सोडले तर कुणी शिकवण्या घेत असल्याचं मला माहित नाही. बाकी सारे शाळा आणि घर याच्या पलिकडे जग नसणारे होते. आणि कधीतरी सुनिती जोशी बाई आम्हाला गणित शिकवायला आल्या. त्या शिकवू लागल्या आणि माझं गणित एकदम सुधारलं. आमच्या वर्गमैत्रिणींपैकी चारपाच जणी त्यांच्याकडे खास शिकायला जात. त्यांचं गणित कच्चं होतं

बहुधा. पण हे आम्हा कोणालाही कित्येक महिने माहित नव्हतं. कारण त्याकाळात शिकवणीसाठी जाणं हे कमीपणाचं वाटत असे. आताच्या पध्दतीप्रमाणे शिकवणी न करणे हे क्वचित. जास्त पैसे तर त्यातूनच मिळत असावेत. त्यावेळी शाळेतच चांगलं शिकवणं महत्वाचं समजलं जाई. अर्थात त्यावेळी आम्ही पालकांना येणा-या व समजणा-या भाषेत शिक्षण घेत होतो, त्यामुळे अगदीच काही अडलं तरी पालक तेवढं सांगू शकत. आता ज्यांना मराठी सुध्दा चांगलं येत नाही त्यांची मुलं सुध्दा इंग्रजी माध्यमात शिकतात आणि मग पुढचं सगळं अनिवार्य होतं.

नंतरच्या काळात आम्ही वेगवेगळ्या वर्गखोल्यांमधे शिकलो. सगळेच वर्ग छान होते. मोकळे होते. चांगलं व्हेंटिलेशन होतं. शिक्षक त्यांच्या कामाला वाहिलेले होते. त्यांचं सगळ्याच विद्यार्थ्यांवर प्रेम होतं. जठार बाई तर अगदी उशीरा आल्या. प्रिंसिपल म्हणून. एकदा आमची इच्छा झाली आंतरशालेय रिंग टेनिस मधे भाग घ्यायची. परंतु त्याबद्दलची विशेष काहीच माहिती आम्हा मुलींना नव्हती. तर शाळेनंतर त्या आमच्या बरोबर थांबत आणि त्याचे नियम वगैरे आम्हाला समजावून सांगत. आम्ही अकरावीत असताना आमच्या निरोप समारंभात न बोलता त्यांनी एक तशा अर्थाची कविता शिकवली होती.

काही शिक्षक नाच गाणी व इतर कार्यक्रम यांची काळजी घेत. आमच्या शाळेत होणारं तीन अंकी नाटक खूप प्रसिध्द होतं. मुलीच मुलग्यांचं काम करत. लोकं दुरून दुरून लोकं येत नाटक पाहण्यासाठी. छोट्या गावातलं ते एक फुकट आणि कौतुकाचं मनोरंजन होतं. भट बाई आणि लेले बाई त्यासाठीची सगळी मेहनत घेत.

कितीतरी प्रकारचे खेळ स्पर्धेसाठी खेळले जायचे. लंगडी, खोखो, लगोरी असे सांघिक आणि लांब उडी, धावणे, यासारखे वैयक्तिक खेळप्रकार. वनगे बाईंनी आम्हाला पिरॅमिडस देखील शिकवले होते. तसंच शास्त्रीय गायन सुध्दा आम्हाला शिकवलं शाळेने. जिना चढून गेल्यावर डाव्या बाजूला एक लहानशी खोली होती तिथे परब बाई आम्हाला गायला शिकवत. फार नाही पण

‘कोयलिया बोले अंबुवा डालीपर’ हे एक गाणं आणि त्याचा आरोह – अवरोह ‘सानीसानीधनीसानी धनीधमगमगसा ..... सागमधनी ....’ असं काहीसं आठवतंय. क्रोशाचं काम, शिवणकाम, डंबेल्सने कवायत ....अशा खूप गोष्टी या शाळेनेच शिकवल्या. मला तर नेहमी वाटलं की आम्ही इथे फक्त अभ्यास नाही केला तर जगण्यासाठीच्या सा-या गोष्टी आम्ही शिकलो ते इथेच. सर्वांगीण विकास शाळेने केला, जो आम्हाला आयुष्यभर उपयोगी पडला. प्रत्येक मुलगी काहीतरी खास शिकली. अगदीच काही नाही तरी यशस्वी जगण्याचा मंत्र शिकली.

कितीतरी स्पर्धा शाळेत होत. हस्ताक्षर ,भेटकार्ड, रांगोळी, गीता अध्याय पठण , वत्कृत्व, फॅन्सी ड्रेस अशा आमच्या अंगभूत गुणांना वाव मिळणा-या अनेक स्पर्धा होत असत. तसंच काही उत्सवही साजरे केले जात. भोंडला, सरस्वती पूजन इ. भोंडला तर त्या मधल्या चौकोनात रिंगण करून गाणी म्हणत व खिरापत बनवून करत होतो आम्ही. दर वर्ग एक खिरापत बनवत असे आणि दुसरा वर्ग ती ओळखत असे. दडपे पोहे, भेळ, ढोकळा असे साधे पदार्थ असत आणि आम्ही मुलीच ते बनवत होतो. त्या निमित्ताने कितीतरी गाणी आम्हाला येऊ लागली होती. एक लिंब झेलू बाई, आला माझ्या सासरचा वैद्य अशी गाणी अजूनही पाठ आहेत. ही गाणी मनात सुरू झाली की मनातच सगळ्या मैत्रिणी गोल फेरा धरून नाचू लागतात आणि गाणी म्हणू लागतात. मधे हत्तीचं चित्र देखील दिसू लागतं.

व्हरांड्यात सरस्वती देवीची प्रतिष्ठापना करून तेथेच पूजा केली जायची. देवीची आरती रोज केली जायची. खरं तर रोजच उत्सवासारखं वातावरण असायचं. शाळा भरायची वेळ झाली की आमचे वर्तक शिपाई (एक आणखीही शिपाई होते) घंटा वाजवायचे. मग सगळ्या मुली रांगेने आपापल्या वर्गा बाहेरच्या व्हरांड्यात उभ्या रहात आणि नंतर एकसाथ प्रार्थना व प्रतिज्ञा होई. अगदी लहान होतो तोवर राहिलो असणार आम्ही शांतपणे उभ्या, पण नंतर नंतर मात्र आम्ही खोडसाळ झालो होतो. तिथे उभं राहिल्यावर एकमेकींना

चिमटा काढणं आणि 'पास कर' असं म्हणणं हे तर फार आवडीचं काम होतं. आणि ते कुणाला दिसतही नसे. तसं तर आम्ही अनेकदा शिक्षा म्हणूनही वर्गाबाहेर उभं राहिलो आहोत. पण आमच्यापैकी कुणी ते फार मनावर घेतलेलं नाही. त्या शिक्षांमुळे आमुलाग्र बदल असा कुणाच्यातच घडला नाही.

शाळेनं आम्हाला लवकर मोठं बनवलं. चौदा वर्षांचं झालं की गणवेश म्हणून आम्हाला साडी नेसावी लागे. सगळ्याच मुलींना त्या नियमाचं पालन करावं लागे. हल्ली वाढदिवसाच्या दिवशी शाळेत येताना मुलांना गणवेश सोडून इतर काहीही घालण्याची परवानगी असते. आमचं सगळंच काही जगावेगळं. त्यामुळे आम्ही त्या वाढदिवसालाच गणवेशाची साडी नेसून जात होतो. त्यातच मजा वाटायची. तेच आमचं सेलिब्रेशन असायचं. अर्थात त्यामुळे साडी कशी नेसावी, ती कुठेही पिना ना लावता कशी सावरावी हे प्रशिक्षण आपोआपच झालं.

******

फिरणे, लिहीणे आणि कोरांटी

माझ्या गेल्या लेखानंतर माझ्या काही वर्ग मैत्रिणींनी माझ्या विसरलेल्या माहितीची मला आठवण करून दिली. शाळेत असलेल्या शिवणाच्या पिटकर बाई, उत्तम संस्कृत शिकवणा-या महाजन बाई, गोरे बाई, वाचासुंदर बाई अशा आणखीही काही शिक्षिका त्यावेळी होत्या. महाजन बाई तर लेले आणि भट बाई बरोबर नाटकाचं काम देखील बघत. या तिघीही शाळेच्या वेळानंतर थांबून हे काम पहात असत. शिवाय अभिमानाची गोष्ट अशी की तेव्हा अकरावीला बोर्डात तेरावी आलेली मंगल ठाकूर आमच्या वर्गात होती.

तर मी साडी नेसण्याबद्दल बोलत होते. साडी नेसण्याचं हे प्रशिक्षण आम्हाला आयुष्यभर कामी आलं. पाच मिनीटात साडी नेसून होते माझी. अजूनही. आणि माझी खात्री आहे की त्याकाळात माझ्याबरोबर माझ्याच शाळेत शिकलेल्या माझ्या मैत्रिणींना देखील हे कौशल्य आत्मसात झालं होतं, आहे.

मी महाविद्यालयात शिकवत असताना तर मुली विचारायच्या की ‘तुमच्या खांद्याला खड्डा आहे का?’ , ‘तुमचा पदर पिन न लावता कसा राहतो नीट?’ त्यांना सांगावसं वाटे की चौदाव्या वर्षी साडी नेसायला लागलं की सगळं जमतं. त्यात त्यावेळी तोकडा टिचभर पदर काढायची फॅशन होती. परंतु आम्हाला तसं करण्याची मनाई होती. पदर पुढे घेऊन तो खोचता यावा अशी अपेक्षा असे. साडी आपल्या आवाक्यातच राहिली पाहिजे अशी शिकवण होती.

त्यावेळी स्कर्ट- ब्लाऊज आणि साडी यामधे पंजाबी ड्रेस वा सलवार कमीज हा प्रकार नव्हता. मुलगी स्कर्टमधून एकदम साडीत जात असे. म्हणजे सिनेमे त्यावेळीही होते आणि ते पाहण्याचा रीवाजही होता परंतु त्यातली फॅशन

प्रत्यक्षात आणण्याची पध्दत नव्हती. त्यामुळे आताच्या काळात अत्यंत सोयीचा म्हणून प्रसिध्द पावलेला सलवार – कमीज घालणे ही काळाची गरज मानला जाऊ लागलेला आणि आज आम्ही वापरत असलेला ड्रेस घालणं त्या काळात नव्हतं. त्याकाळात केसात फुलं माळणं वा गजरा माळणं ही समाज मान्य फॅशन होती. त्यामानाने फुलांची बनवलेली वेणी तरूणींना फार आवडत नसे. त्यामुळे दिसली छान फुलं की बनव गजरा आणि घाल, अशी रूढ पध्दत होती. आमच्या शाळेच्या एका बाजूला जी खूप मोठी जागा होती तिथे पावसाळ्यात कोरांटीची झाड येत. पाऊस संपत आला की त्या कमरेभर उंचीच्या काटेरी झुडुपांना जांभळटसर रंगाची सुंदर फुलं येत. त्याला काहीही सुवास नव्हता, पण फुलं होती ती. त्या छानशा जांभळट असण्याला सलामी द्यायला नको? घरून सुई-दोरा आणून शाळेच्या आधी वा सुटीत त्यांचे गजरे करून ते माळण्यात आम्ही धन्यता मानत होतो. मज्जा मानत होतो. गंमत म्हणजे कधिही कुणी ती फुलं माळण्यावर हसलं नाही. केलीच तर नेहमी त्या रंगाची स्तुतीच केली. त्या काटेरी झुडुपांमधे घुसूनही कधी फार काटे अंगाला लागल्याचं आठवत नाही. मला वाटतं की कुटुंबांनी आखलेल्या सर्व मर्यादांच्या काट्यातही आम्ही सुंदर रंग शोधून काढत होतो. खरं तर आम्हाला काटे कधी दिसलेच नाहीत.

गावातलेही सगळे रस्ते मला माहित नव्हते. घर ते शाळा ते घर असा दिनक्रम असलेल्या मुलीला ते माहिती असण्याची गरजही कधी वाटली नाही. माझ्या पूर्ण शाळेच्या आयुष्यात मी फक्त दोन वा तीन वेळा सहलीला गेले होते. एकदा अगदी लहानपणी कुरूळच्या तळ्यावर, मग आठवीत की नववीत असताना कोल्हापूरला ! अलिबागच्या आजूबाजूची गाव कधी फारशी माहितीच नव्हती कधी. आमची वाडी होती म्हणून आक्षीला, जत्रा असायची म्हणून वरसोलीला, सिनेमाला जायचो म्हणून चोंढीला आणि क्वचित कधी कनकेश्वरला इतका प्रवास माझ्या माहितीचा होता. तोही पालकांबरोबर जाऊन वा आक्षीला गेलो तर आजोबांबरोबर जाऊन त्यांच्याच बरोबर परत. आता आश्चर्य वाटेल पण तेव्हा नागडोंगरीच्या तळ्यापलिकडे जायचं तर गावाबाहेर

गेलो असं व्हायचं. मला त्या तळ्याची भीति वाटायची. तिथल्या कातळावर बसलो तरी आई बरोबर असली तर. जास्त पुढे पाण्यापर्यंत जायची शक्यताच नव्हती. कुलुपी विहिर तर पार गावाबाहेर समजली जात असे. तिकडे उत्तरेला सुध्दा हिरकोट तळं म्हणजे खूप दूर. आत्ता श्रीबाग आहे , तिथे तर खाजण होतं.

एकदा आमच्या शाळेच्या मधल्या सुटीत आम्हाला घरी सोडायचं बंद केलं. आमच्यासाठी फरक एवढाच झाला की आम्ही घरी जाऊन काही खाऊन यायचो त्या ऐवजी डबा आणून तो खाऊ लागलो. ती पर्वणीच होती आम्हा मैत्रिणींसाठी. त्याकाळात आमचा वर्ग वरच्या मजल्यावर होता. तिथे जे तीन – चार वर्ग होते, त्याबाहेर व्हरांडा होता. आम्ही मैत्रिणी तिथेच आमचा सागरगोटे (कधी बिट्ट्या) खेळण्याचा अड्डा बनवून तो वेळ सत्कारणी लावत होतो. 'आजचा खेळ जिथे थांबेल तिथून पुढे उद्या सुरूवात !' असा साधा हिशेब होता आमचा. डबा घाईघाईने खाल्ला जायचा, पण घरी जाऊन परत येत होतो तेव्हा देखील भरभरच तर खात होतो, कुठे फार उसंत असायची ?

कुठेही जायचं तर घरून परवानगी काढणं हे एक मोठं काम असे. मला वाटायचं आमचं घर जरा जुनाट वळणाचं आहे. पण तसं नव्हतं. सगळं गावच तसं होतं. आमच्या गावात शाळा होती म्हणून बरं, नाहीतर कदाचित मी शाळेत गेलेच नसते. कितीतरी मुली गेल्या नसत्या. आमची शाळा मात्र खरंच मस्त होती. आमच्याकडे शाळेत एक भित्तीपत्रक बनवलं जायचं. सुरूवात एका गांधीजयंती पासून झाली. माझी चित्रकला जरा बरी होती. त्यामुळे गांधींचं चित्र काढण्याची जबाबदारी माझ्यावर टाकली गेली. एका मोठ्या कार्डपेपरवर डाव्या बाजूला मी गांधींचं एक मोठं चित्र बनवलं – फक्त त्यांचा चेहरा, चष्मा आणि काठी ! आणि इतर भागात वेगवेगळया आकाराच्या डिझाईनमधे त्यांच्या बद्दलची माहिती लिहीली. नंतर दर पंधरवड्याला (की आठवड्याला ?) एक खास विषय घेऊन त्यावर आधारीत भित्तीपत्रक बनवलं जायचं. त्यानंतरच्या काळात दुस-याही काही मुली त्यासाठी लिहू लागल्या.

आमचं लिहीण्याचं कौशल्य वाढीस लागावं म्हणून आमच्याकडे असलेल्या कुलं पध्दतीत हस्तलिखित मासिक बनविण्याची स्पर्धा होई. आमची कुलं पध्दती शहरांकडील "हाऊस" पध्दतीवर आधारीत होती. आठवी ते दहावी या सर्व वर्गांमधील सगळ्या मुलींचा सगळ्या स्पर्धांमधे सारखाच सहभाग असावा म्हणून आणि योग्य स्पर्धा व्हावी म्हणून त्यांचे गट पाडण्यात येत. आणि मग त्या गटांमधे स्पर्धा होई. आमच्याकडे चार कुलं होती व त्यात निरोगी स्पर्धा होत असत. या मासिकांमुळे कितीतरी मुली गोष्टी वा कविता लिहायला लागल्या. कितीतरी जणींना कळलं की त्यांच्याकडे काही विशेष कौशल्य आहे. त्या चित्र काढू लागल्या, नवनवीन कल्पनांना त्या काळात नुसता ऊत येत होता.

ही एक गोष्ट होती जी मुली घरी बसून करू शकत होत्या.

******

साजरे करणे

तसं तर दळी पाथरे यांच्या दुकानातून एक मोठ्ठं कॅडबरी चॉकलेट आमची आई महिन्यातून एकदा विकत घेई आणि आम्हा पाच जणात ते सारखं वाटलं जाई. त्याकाळात, कोणतीही वस्तू, अभ्यासाची सोडून, मागितल्यावर लगेच मिळणं जरा मुश्कीलच होतं. आमच्या पालकांना तशी सवय लावायचीच नव्हती आम्हाला. हल्ली तर म्हणे वाढदिवसाला मुलं त्यांच्या आवडीच्या भेटवस्तूची मागणी करतात आणि ती पुरी करण्यात आई-बाबा धन्यता मानतात. हे कळलं तेव्हा मी धन्य झाले. फार दूरची नाही, माझ्या घरी काम करणा-या मुलीचीच गोष्ट. लग्न झालेल्या या मुलीला दोन मुलं. तिच्या मुलाने वाढदिवसाला भेट म्हणून बॅटरीवर चालणारी मोटार मागितली. माझी बाई महिनाभर पैसे जमा करत होती आणि मग ती कुठे मिळेल हे शोधत होती.

वाढदिवस हे आजकाल खूप मोठ्या प्रमाणावर साजरे केले जातात. राजकीय लोकांचे तर अगदी मोठ्ठ्या प्रमाणावर साजरे होतात. मला आठवतंय त्या प्रमाणे काही वर्षांपूर्वी मोदीनी ठरवून सांगून टाकलं होतं की आता कुणीही वाढदिवसाचे मोठे फलक लावायचे नाहीत आणि बरंच काहीतरी. तो सगळा प्रकार इतका बोकाळला होता की तसं करणं गरजेचच होतं. आता तर सामान्य जनतेलाही हे सगळ लागू करण्याची लवकरच वेळ येणार असं वाटू लागलंय. आतातर परत फलक लावायची पध्दत आली आहे.

वाढदिवस साजरा करण्याची पध्दत गेल्या 25 – 30 वर्षांतली. त्याआधी आमच्या अलिबागमधे घरातल्या घरात वाढदिवस साजरे होत. त्यासाठी नवीन कपडे घेतले पाहिजेत अशी अट नव्हती. तशी कधी गरजही वाटली नाही आम्हाला सुध्दा. रोज घरी वापरायच्या व्यतिरीक्त आणि शाळेचा गणवेश सोडून जितके कपडे असतील ते सगळेच नवीन असायचे आमच्यासाठी. आणि असे किती असायचे तर एक वा दोन. आमच्याकडे असलेल्या

गोदरेजच्या एका कपाटात आमचे सगळ्यांचे कपडे आरामशीर मावत. माझी दोन भावंड, आई – वडील आणि मी अशी पाच जणं यांचे कपडेतर त्यात असतच; शिवाय जास्तीचे टॉवेल, नॅपकीन्स, चादरी हे सगळं सुध्दा. सर्व समावेशक होतं आमचं ते कपाट. मी महाविद्यालयात गेले तेव्हा माझ्यासाठी एक वेगळं कपाट आणलं गेलं. कारण की गणवेशातून बाहेर आल्यामुळे माझ्याकडे जास्त कपडे असणार होते.

एकूणच कपडे आयुष्यात फार महत्वाचे वा आनंदात फारसा बदल करणारे नव्हते. माझी भावंड, माझ्या मैत्रिणी, नातेवाईक, रोज भेटणारे लोक कुणीच कपडे या विषयाने हुरळून जाणारं नव्हतं. शॉपिंग हा भाग नव्हताच नेहमीच्या आयुष्याचा. गरज असेल तेव्हा दुकानात जाणं, हेच खरं होतं. आणि ते फक्त मोठ्या माणसांनी करायचं असतं, हा विश्वास होता. आणि ते आणतील तेच आपल्यासाठी असतं हे गृहीत होतं. आयुष्य साधं सोपं होतं. 12-13 वर्षांची मुलं त्याच वयाचं वागत - बोलत. आता ही मुलं 16 – 17 वयाची असल्यासारखी वागतात – बोलतात आणि फॅशन करतात.

ज्याचा वाढदिवस त्याच्या आवडीचं काहीतरी बनवलं जायचं, जर पालकांच्या लक्षात वाढदिवस असला तर ! बाहेर जाऊन खायची पध्दत नव्हती. बाहेर जाऊन खायला तशा जागा कुठे होत्या ? आम्ही मुलींनी जाऊन चहा – कॉफ़ी पित गप्पा मारत बसावं अशा तर जागाच नव्हत्या आजसारख्या. आम्हाला मात्र तसं कधी जाणवलं सुध्दा नव्हतं. समुद्र किनारा आमचाच होता. नागडोंगरीच तळं आमचच होतं. कुणाही मैत्रिणीच्या घराचं आंगण आमचंच होतं आणि कुठलंही खेळाचं मैदान देखील आमचंच होतं. कुणीही खायला-प्यायला बसावं अशा जागा असायच्या फक्त विठोबाच्या जत्रेत. बाकी सगळं घरीच बनवायची रीत होती. दुसरा काही पर्याय उपलब्ध नसल्याने तेच छान होतं. कधी जवळच्या चार मैत्रिणी बोलविल्या जायच्या. सगळ्यात गंमत म्हणजे अनेकदा तो वाढदिवस कुणाला आठवायचाच नाही. अगदी आधीच्या वर्षी कुणी येवून खाऊन-पिऊन गेलेलं असलं तरी. एकमेकांना काही देण्याची

पध्दतही नव्हतीच. दुकानही नव्हती म्हणा फारशी जिथे काही भेटवस्तू उपलब्ध होतील. जरा मोठी झाली व्यक्ती की ती वाढदिवस करण्यासारखी उरायची नाही; असाच विचार होता. चुकून कधी साठावा वाढदिवस वा सहस्रचंद्रदर्शन साजरं केलं जायचं एवढंच. लग्नाचे वाढदिवस देखील यायचे व जायचे, त्यांनी उगाच कुणाला 'विश' करायला लावलं नाही कधी. फोटो नसायचे. फेसबुक नव्हतं. आतासारखे केक नव्हते, मेणबत्त्या नव्हत्या, नव्या को-या कपड्यांची सळसळ नव्हती आणि रात्री 12 वाजता ते साजरे करण्याची रीत तर नव्हतीच. एकूण पाश्चात्य संस्कृतीचा स्पर्श झाला नव्हता.

माझा वाढदिवस एकदा साजरा केल्याचं मला आठवतंय. माझ्या मैत्रिणींना (फार नाही, तीन – चार) बोलावून मला आवडतात म्हणून केलेले बटाटेवडे त्यांना खाऊ घातले की झाला वाढदिवस 'साजरा'.

साजरं व्हायचं तरी काय, हा प्रश्न मला आज पडतोय. पण खूप काही व्हायचं की! घरी दिवाळी, दसरा, गणपती, श्रावणातले मंगळागौरीसह कितीतरी सण, चर्तुथी, अंगारकी, होळी, रंगपंचमी; सार्वजनिक प्रकारे गणपती, जयंती – पुण्यतिथी, स्वातंत्र्य – प्रजासत्ताक दिन; शाळेत बालदिन, अनेक स्पर्धा, भोंडला, शारदोत्सव, शिक्षक दिन, टिळक – गांधी इ. च्या जयंती – पुण्यतिथी साजरे होत.

अर्थात आतासारखे पालक वा पध्दत नव्हती, म्हणून हे म्हणायचं. आता तर मुलांकडे एवढी खेळणी असतात की आणखी चार—पाच मुलं झाली तरी त्यांनाही पुरतील. आणि तरीही ती दर मुलागणिक वेगळी आणि जास्त अशी घेतली जातात. शिवाय दरवर्षी 'वाढदिवस करणे' झाल्याशिवाय मुलं मोठी होत नाहीत या गोड गैरसमजामुळे आणि दरवर्षी वाढदिवस साजरा करण्याच्या नवनवीन क्लृप्त्या काढल्याने त्या खेळण्यांत भर पडणं अपरीहार्य असतं.

आमच्याकडे म्हणण्यासारखी अशी फारशी खेळणी नव्हतीच. गुंजा, सागरगोटे, काचापाणी खेळण्यासाठी तुटक्या बांगड्या, मातीची भातुकली,

चिंध्यांची बाहुली आणि मुलग्यांसाठी भोवरा, विटीदांडू, अख्ख्या गावात मिळून चुकून एखादी बॅट, या पलिकडे आमची मजल कधी गेल्याचं आठवत नाही. शिवाय काहीही खास सामानाची गरज नसणारे ठिक्कर, आगीन पासोडा, तळ्यात की मळ्यात, दगड वा पाणी, लपंडाव, पकडा – पकडी, ऐस – पैस, उभा खोखो, भेंड्या, आईचं पत्र हरवलं, असले खेळ खेळत असल्याचं आठवतं. त्यात कधी असमाधान नव्हतं. कधी खेळणी कमी आहेत ही भावना नव्हती. वाईट वाटणं नव्हतं.

******

खेळ व मनोरंजन

ज्या काळात टीवी, मोबाईल, इंटरनेट, व्हॉटस अप असलं काहीच नव्हतं त्याकाळात काय असणार वेळ घालवायला असं आजकालच्या मुलांना वाटावं अशी परीस्थिती होती त्यावेळची. एक रेडिओ तेवढा होता. पण तो किती प्रिय होता सगळ्यांनाच ! आता रेडिओचे शौकीन शहरांमधून खूप कमी झालेत. अलिबागही आता शहर आहे.

त्यावेळी सकाळी तो काही ना काही कारणाने चालू केला जायचाच. अगदी आकाशवाणीचं सुरूवातीचं संगीत देखील ऐकलं जायचं. अनेकांचा दिवस रेडिओ ऐकण्याने सुरू होत असे. रेडिओ सिलोन अनेकांचं आवडतं रेडिओ स्टेशन होतं. विशेषत: तरूण मनांचं. अनेक बायकांचं मुंबई ब आणि वनिता समाज. शिवाय विविधभारती होतंच. सकाळी शाळा/कॉलेजसाठी बाहेर पडलं आणि त्याचवेळी एखादं छान गाणं लागलं असलं तरी बाहेर जाताना वाईट वाटण्याची काहीच गरज नसे. कारण तेच गाणं खूप जणांनी लावलेलं असे आणि चालत जाताना ते गाणं अगदी पूर्णपणे ऐकलं जायचं. कधीतर पुढचं गाणं पण ऐकायला मिळे, असंच. काही वर्षांनी रेडिओची चालती – फिरती आवृत्ती आली -- ट्रान्झिस्टर ! मग तर कुठे गावाला जाताना सुध्दा आम्ही आमचा लाडका ट्रान्झिस्टर घेऊन प्रवास करत असू. त्यावेळेला तर अनेकांच्या हातात, सायकलला लावलेला व गाणी चालू असलेला ट्रान्झिस्टर असे. फॅशनच होती तशी. पण इयर फोनचा शोध लागलेला नसल्याने ती गाणी सगळ्यांना ऐकावी लागत व काहींसाठी तर ती फुकट करमणूक असे.

यात सगळ्यात मोठी क्रेझ होती ती 'बिनाका गीतमाला'ची. बुधवारी संध्याकाळी उशीरा, आठ वाजता तमाम जनतेचा एकच कार्यक्रम असे, अमीन सयानीचा 'बीनाका गीतमाला' हा कार्यक्रम कान देऊन ऐकणे. त्याचा आवाज किती ओळखीचा होता आणि मस्त होता. त्याच्या आवाजातल्या कितीतरी

जाहिराती सुध्दा असायच्या. बिनाकाच्या अगली पायदान आणि आखरी पायदानवर काय गाणी लागताहेत ते लक्षात ठेवणे आणि नंतर शाळेत त्यावर चर्चा करणे, हा आवडता छंद होता आमचा. माझे वडील सुध्दा आठवणीने तो कार्यक्रम लावायला सांगत असत. सगळी मंडळी आपापल्या घरी जात तो ऐकण्यासाठी. त्यामानाने 1954 मधे सुरू झालेला फिल्मफेअर अॅवॉर्ड कार्यक्रम रेडिओवर ऐकण्यात मजा नव्हती. तरीही आम्ही तो ऐकत होतो हा वेगळा भाग.

अख्ख्या गावात ग्रामोफोन मात्र माझ्या एकाच मैत्रिणीकडे होता. शैला लेले कडे. कधीतरी एकदाच तिने तो लावून दाखवला होता मला. एक फिरणारी मस्त काळी तबकडी होती आणि तिच्यातून येणारा आवाजही. मला तर त्याचं खूप अप्रूप वाटलं होतं. त्यावेळी सगळ्यांना तो विकत घेणं परवडतही नसे. संध्याकाळी मीरा पळणीटकरच्या घरासमोरच्या अंगणात आम्ही मैत्रिणी खूप वेळा खेळत असू. त्यांचं अंगण रस्त्याच्या बाजूलाच होतं आणि मधल्या उघडणा-या कुंपणाच्या दारावर संध्याकाळ झाली की उमलणारी सायलीची फुलं, त्यांचा दरवळ घरी जायची वेळ झाल्याचं सांगत. ती हक्काची जागा होती. आम्ही नक्कीच आरडाओरडा करत असणार, पण त्रास होतो असं कुणी म्हटल्याचं आठवत नाही. पावसाळयात ही हक्काची जागा तोंडली, घोसाळी आणि पडवळांच्या वेलांनी भरलेली असायची. पडवळ सरळ राहिलं याची काळजी ते वाढतानाच घेतली जायची. त्याच्या खालच्या टोकाला एक इवलासा दगड बांधलेला असायचा. भाज्यांशी ओळख अशीच तर झाली.

लहानपणी अनेकदा आई समुद्रावर फिरायला न्यायची, पण तेव्हा सुध्दा सूर्यास्त झाला की आमची घरी परतायची वेळ व्हायची. जाताना रस्त्याच्या कडेनं असलेल्या सुरूच्या झाडांची फळं. कुंपणाला असलेल्या झाडांची पानं – फुलं असल्या गोष्टी गोळा करत आम्ही जात असू. मग ओल्या वाळूचा किल्ला करून त्यावर या गोष्टी सुशोभित करण्यासाठी लावायच्या. समुद्राच्या पाण्यात जाण्यापेक्षा भरती – ओहोटीच्या पुढे - मागे फिरणा-या लाटा पाहण्यातही किती मजा असते हे तेव्हाच शिकलो आम्ही. त्याच समुद्राचं अक्राळ-विक्राळ

आषाढी रूपडं देखील पाहिलं. तसंही गेलो पाण्यात तरी गुडघाभरच. शिवाय पाण्यात जाऊन ओल्या पायांनी वाळूतून येताना पायाला लागलेली वाळू नंतर काढणं हे जरा जिकीरीचं काम होतं. घरी जाऊन विहीरीच्या स्वच्छ पाण्याने पाय कितीही धुतले तरी वाळू पूर्णपणे साफ़ होणं जरा मुश्कील होतं. घरात आलेली वाळू मला मुळीच आवडत नसे. त्यामुळे समुद्राच्या पाण्यात जाणं मला कधीच आवडलं नाही. अनेक वेळा आलेले पाहुणे पाण्यात धुडगूस घालून आले की घरात वाळू घेवून येत, आणि त्यांच्या दृष्टीने ते कितीही बरोबर असलं तरी मला ते फारसं आवडत नसे.

आज चित्र बदललं आहे. तिथे या गोष्टी करायची फारशी गरज उरलेली नाही. आता किनारा सुशोभित करण्यासाठी वा किना-याची धूप वाचवण्यासाठी बांधलेले दगडी बंधारे, शोभा वाढवण्यासाठी लावलेले मोठे दिवे आहेत. याशिवाय भेळ - शेवपुरी, नारळ पाणी, रगडा पॅटिस, बर्फाचे गोळे, आईसक्रीम, चणे – फुटाणे. कुल्फी इत्यादी पोटपूजेचं साहित्य आणि फुगे, भिरभिरं, रंगीत चष्मे इ. मनोरंजन असतंच. आताच्या मुलांना समुद्रावर जायचं असतं ते खायला प्यायला , समुद्राचे विभ्रम पाहायची कल्पना 'आऊट – डेटेड' झालेली आहे. याची मला तर नेहमी काळजी वाटते. पाण्यात जाण्याची कल्पनाही कुणाला फार भावत नाही. किल्ले तर फक्त शिवाजीने बांधलेले असतात. आता ते कोण बांधणार? इतके फालतू 'गेम्स' कसले खेळायचे, असा विचार असावा. आताच्या मुलांना बहुधा वाळूचा किल्ला बनवता येत नसावा वा तो बनवण्यात त्यांना रस नसावा. त्यांचे पालक कदाचित नवीन अलिबागकर असावेत. आमच्या काळी तिथे एक चणे – फुटाणे वाला बसत असे, लाकडी गाडी टाकून. ते देखील क्वचितच खाल्लेले आठवतात. खाणंपिणं काय ते घरी अशीच समजूत होती.

अलिकडे एका अलिबागची दिसत नसणा-या बाईला मी सल्ला दिला. मी अलिबागला समुद्रकिनारी वाळूत बसले होते आणि बाई मुलांना घेवून पाण्यात शिरण्याच्या तयारीत होत्या. "आत्ता पाण्यात नाही गेलात तर बरं . ओहोटी सुरू

झालीय.......” बाईंना काही माझा अनाहूत सल्ला भावला नाही. “ माहिती आहे मला केव्हा जायचं ते. इथे माझं फार्महाऊस आहे.” असं म्हणत बाई मुलांसह पाण्याच्या दिशेने गेल्या. माझं इथे फार्महाऊस नव्हतं त्यामुळे फार्महाऊसवाल्या अलिबागकरीणीला काय सांगणार होते मी आणखी? ती नवीन अलिबागकरीण होती.

******

जत्रा

अलिबाग आणि आजूबाजूच्या गावांमधे ब-याच जत्रा भरत असत. वेगवेगळ्या कारणांसाठी त्या प्रसिध्द होत्या. काही शौकीन तर अनेक जत्रांना जात, विशेषत: रात्री. अर्थातच आम्हा मुलांना अणि विशेष म्हणजे मुलींना कुठेही दूर जाण्याची परवानगी नव्हती. आमच्यासाठी दोनच जत्रा होत्या. एक काळंबादेवीची आणि दुसरी वरसोलची विठोबाची. काळंबादेवीची तर अगदी गावातच होती आणि विठोबाची जराशी दूर. पण आम्ही जवळजवळ सगळेच गावकरी तिथे चालतच जात होतो. काही थोडे लोकच टांग्यात बसून जात.

काळंबादेवीची जत्रा नवरात्रीत असे. पाऊस पडून गेलेला असल्याने सगळीकडे हिरवाई पसरलेली आणि शेतकरी पीक दिसू लागल्याने आनंदी झालेला. त्याच्या कष्टाचं चीज 'नवं' दिसू लागल्याने, घर अन घर उत्साही. शेतकरी खुश तर सारा समाज खुश, अशी भावना होती. खरं तर अजूनही तसंच आहे, फक्त ते समजून घ्यायला वेळ कुणाला आहे ?! म्हणूनच तर दसरा साजरा करताना घराला तोरण लावतात त्यात त्याकाळात कुर्डुची फुलं, गेंद, नवं, आंब्याची पानं आणि हे असायचं. त्यातली आंब्याची पानं शुभं म्हणून, 'नवं' नवीन आलेल्या धान्याचं प्रतिक म्हणून आणि कुर्डु व गेंद त्या हंगामाचं रंगीत प्रतिनिधित्व. दस-याला केलेल्या खिरीत नवीन धान्याचे काही दाणे टाकले जायचे.

देवीची स्थापना होण्याआधी एक सप्ताह जागराचा असायचा. त्या काळात भजनं, कीर्तनं, आरत्या हे सगळं चाले. घर-संसार सोडून माझ्या आईला कधी तिकडे जाताना पाहिलं नाही मी फारसं. तिला त्या सगळ्याची आवड होती की नाही हेही कळलं नाही. मला जितकं आठवतं तितकं आम्ही एकदा एका बाईंच्या कीर्तनाला गेलो होतो. त्या माणसाच्या झोपेबद्दल काहीतरी सांगत

होत्या. त्या सगळ्यात ऐकलेला एक नवीन शब्द माझ्या अजून स्मरणात आहे, सुषुप्ती ! झोपेच्या काळातला एक भाग.

कौलारू देवळाची जागा जुनी होती. भोवताली अंगण होतं. त्यात काही झाडं होती. दोन –तीन पाय-या चढल्या की देवळाच्या मंडपात प्रवेश व्हायचा. त्यात काही खांब होते. जागा त्याकाळात भाविकांना पुरेल एवढी होती. पुढे गाभारा. आत मूर्ती. भोवती प्रदक्षिणा घालता येईल एवढी जागा. देवळात शिरतानाच बाहेर एक लहानशी पडवी आहे. बाहेर अंगणात उजव्या हाताला काही जुन्या मूर्ती ठेवलेल्या आहेत. तशाच काही देवळाच्या आतही आहेत. नवरात्रीतला जागर संपला की देवीच्या गाभा-यासमोर थोडं खणून एक मोठा गोल बनवला जायचा आणि त्यात माती व पाणी घालून पाच प्रकारचं धान्य पेरलं जात असे. मधे एक पाणी भरलेला कलश ठेवत असत. दस-याच्या दिवशी त्यात उगवलेली लहान रोपं (रहू) प्रसाद म्हणून केसात माळण्याची प्रथा होती. या उत्सव काळात काही बायका उत्स्फूर्त हळदीकुंकू करत असत. शिवाय गावातल्या अनेक बायका देवीच्या दर्शनाला जाताना ओटीसाठी साडी, खण असं काही घेऊन जात. नंतर या वस्तूंचा लिलाव होत असे आणि देवीचा प्रसाद समजून लोकं त्या विकतही घेत असत.

या निमित्ताने एक जत्राही भरत असे देवळाबाहेर. तिथे खर्च करण्यासाठी माझी आई दिवसाला चार आणे देत असे. एकतर खर्च करण्यासाठी खूप काही तिथे नसायचं आणि त्या चार आण्यांपलिकडे काही झालं तरी खर्च करता येणार नाही हे माहित होतं. बालाजीच्या देवळाच्या समोरच्या अंगणात दोन पाळणे लागत. अगदी साधे लाकडी आणि फक्त चार लहान पाळणे असलेले. शिवाय ते चार माणसं हाताने फिरवत असत. परंतु आमच्यासाठी तीच एक गंमतीची गोष्ट होती. शिवाय जरा जास्त कळायला लागल्यावर सिनेमाच्या गाण्याची पुस्तकं (लहान आणि चार पानांची) विकत घेत असे मी. बाकी होतं बर्फाचा गोळा, घड्या घालून जादू दाखवायचा चौकोनी कागद, फुगे ....! बांगड्या, गजरे, चणे – कुरमुरे असलं काही मी कधी विकत घेतलेलं आठवत

नाही. ही जत्रा दस-यापर्यंत असायची. ती लहानशी जत्रा देखील भरपूर आनंद देत असे.

दुसरी जरा मोठी जत्रा असायची विठोबाची. वरसोलीला जाणं म्हणजे अगदी जवळ नव्हतं. आम्ही मैत्रिणी चालतच जायचो तरीही. आषाढी कृष्ण एकादशी ते अमावस्या असे चार वा पाच दिवस भरायची ही जत्रा. विठोबाचं देऊळ शेतात होतं. परंतु धान्य कापून झाल्यावर शेत रिकामच असायचं. तिथे आजूबाजूच्या गावांमधून येवून अनेक जण आपलं दुकान थाटत. जत्रा शेतात असे पण आधीच्या रस्त्यावरही दुकानं मांडलेली असत. विशेष करून मातीची भातुकली तिथेच मिळे.

शेतात उतरलं की एका बाजूला ‘मौतका कुआँ’ बांधलेला असायचा. एक हिंमतवान माणूस एका मोटारसायकलवर बसून विहिरीसारख्या बांधलेल्या त्या जागेत वरवर चढायचा आणि मग खाली उतरायचा. कधी असे दोन मोटरसायकलवाले एकमेकांविरूध्दच्या दिशेने वर चढत. मग आम्हा मुलांना जरा भीति वाटायची की अगदी एकमेकांजवळून जाणारे हे दोघे एकमेकांवर आपटणार तर नाहीत ना. मग दुस-या बाजूला मला अगदी न आवडणारा तंबू असायचा. मी त्यात एकदाच गेले आणि मग त्यानंतर कधीच नाही. कारण तिथे दोन्ही हात नसलेली एक मुलगी पायानेच सगळं कसं करते ते दाखवत. मला ते कधी आवडलं नाही. ती मुलगी अगदी गरीब बिचारी वाटायची. अर्थातच या दोन्ही तंबूमधे पैसे देवूनच आत जायला मिळे.

पुढे एक फोटो स्टुडिओ. स्कूटरवर वा मोटरीत बसून तिथे फोटो काढून मिळायचा. देवीच्या जत्रेत जसे पाळणे असत तसेच इथे पण असत. शिवाय काही वर्षांनी जरा मोठे पाळणे देखील तिथे आले. रंगीबेरंगी चष्मे, फुगे, बासरी, तोंडाने वाजवायचा बाजा आणि आणखीही बरीच लहान मोठी खेळणी तिथे विकायला असत. याशिवाय दरवर्षी अगणित नवनवीन वस्तू तिथे बघायला मिळत असत. लहानमोठ्या सर्वांनाच ती जत्रा ही एक पर्वणी होती.

आइसक्रीम आणि उसाचा रस हा तर मिळायचाच तिथेही. तिथलं विशेष होतं ते म्हणजे खरीखुरी गु-हाळं. तिथे बैल गोल फिरत असायचे आणि मधे खाली बसून शेतकरी रस काढत असे. आणि तो मिळायचा तांब्यात, लिटरच्या हिशेबाने. बटाटेवडे, भजी, नंतरच्या काळात डोसा हे सगळं त्याकाळात मिळायचं. एकूण मजा असायची. या काळात वडील एकदा जत्रेत नेत पण ते झापडं बांधल्यासारखं, म्हणजे गु-हाळापर्यंत जायचं, तिथल्या घोंगडीवर बसायचं, बटाटेवडे तिथेच मागवायचे आणि वडे खाऊन व रस पिऊन पोट भरलं की त्याच पावली सरळ घरी परत.

******

विठोबाची जत्रा

गेल्या 'जत्रा'या लेखात मझ्याकडून विठोबाच्या जत्रेच्या दिवसांबद्दल योग्य माहिती लिहीली गेलेली नाही. माझ्या काळजीपूर्वक वाचणा-या वाचकांनी ते माझ्या नजरेस आणून दिल्याबद्दल मी त्यांची आभारी आहे.

तर ती जत्रा कार्तिक महिन्यात भरते. (आषाढात शेतं रिकामी कशी असणार?!)

आठ आणे की रूपया आठवत नाही पण असेच काहीतरी पैसे आई रोज देत असे मला जत्रेला जाण्यासाठी. त्यात वस्तू अशी काही विकत घेता येत नसे, परंतु खायच्या प्यायच्या वस्तू घ्यायला जमत असे. तेव्हाच जमायचं बाहेर खाणंपिणं. इतर वेळेला गावात कुठे अशी काही जागा होती जिथे जाऊन तिथे बसून काही खातापिता येईल. माझ्या मुंबईच्या आत्त्यांक्डे गेलं की त्या कधीतरी बाहेर नेत, ते अगदी अप्रूप असायचं. मसाला डोसा हे तर विशेषच. तो एक खाऊनही मन तृप्त व्हायचं. मात्र 'घरकी मुर्गी' म्हणजे आई करायची ते जाळीदार वेगवेगळे घावन कधी कौतुकाचे का नाही वाटले, असं आज वाटतंय. जत्रेचं वैशिष्ट्य म्हणजे तो मसाला डोसा. इडली हा प्रकार एवढा लोकप्रिय नव्हता (की नव्हताच?) की काय ?

आमच्याकडची जत्रा मात्र एकदम पध्दतशीर लावलेली असायची. दरवर्षी अगदी तिथ्थेच लागायची सगळी दुकानं. त्यामुळे बरोब्बर हवं तिथे जायचं आणि हवं तेच बघायचं, हे अगदी ठीक जमवायचो आम्ही. उगाचच काही शोधण्यासाठी फिरावं लागायचं नाही. तसं जत्रेला जाण्याने व तिथल्या भटकण्याने दमायला होत असे. पण म्हणून पुढच्या दिवशी जायचं नाही असं केलं नाही मी वा माझ्या मैत्रिणींनी. गावात अशी आकर्षणं ती किती असायची

आणि त्यात नाही जायचं ते काय, असं वाटणं अगदी साहजिक होतं. जे असायचं ते सगळंच छान होतं. छान वाटायचं.

देवळाच्या एका बाजूला फुलांच्या वेण्या विकायला असत. मी वेणी घेतलीच तर ती जत्रेच्या शेवटच्या दिवशी घेत असे. एकतर आई त्यासाठी जास्त पैसे देत असे आणि त्या दिवशी त्या जरा स्वस्त असत. त्या दिवशी मी जरा जास्त वेळ रेंगाळत असे जत्रेत कारण पुढच्या वर्षीपर्यंत जत्रेची वाट पहायला लागत असे. आणखी एक वस्तू मी कधीतरी विकत घेत असे. साधारण क्रिकेटच्या बॉल एवढा पाणी भरलेला रबरी बॉल ज्याला एका बाजूला धरायला एक रबरी दोरी असे. त्या दोरीचं टोक धरून ठेवलं की तो बॉल दूर फेकता यायचा आणि तो फार दूर जायचा नाही कारण तो एका बाजूने धरून ठेवलेला असायचा. मला ते खोटे रंगीबेरंगी चष्मे कधी आवडले नाहीत ना तर इतर काही ख-याची हौस भागवणारी खोटी आहेत हे कळणारी खेळणी. मला दुधाची तहान ताकावर भागवायची इच्छा कधी झाली नाही.

या जत्रेत खंडू उसाचा रस विकत असे आणि जमिनीवरील गु-हाळाचा रस देखील असे. पण गु-हाळाचा रस नेहमी मिळत नसल्याने त्याला प्राधान्य दिलं जायचं. देवळाच्या मागच्या बाजूला सगाळी खायची प्यायची दुकानं थाटलेली असायची. इतर वेळी न मिळणारा मसाला डोसा वा साधा डोसा त्या काळात मिळायचा. मग त्यावर ताव मारणं साहजिकच होतं. असं वाटतंय की खानावळवाले मोघे तिथे हे 'हॉटेल' उघडत. अर्थात तिथे इतरही पदार्थ मिळत. माझ्या एका मैत्रिणीचं कुटुंब जे बाहेरून अलिबागमधे आलं होतं ते तर रोज जत्रेत हजेरी लावत. या माझ्या मैत्रिणीला आवडायचा तिथे मिळणारा दुधी हलवा इतका की आजही मिळाला तिला तर तो हवा आहे. आता ती, सुरेखा घाटगे, मुंबईत रहाते. परंतु या मायानगरीत राहूनही अजून तिच्या जिभेवरची त्या हलव्याची चव तिने हरवून दिलेली नाही.

विठोबाच्या जत्रेत जायची मी पण विठोबाचं दर्शन कधी घ्यायची हा एक प्रश्नच होता. जणू ती जत्रा फक्त फिरण्यासाठी होती. खरं तर देवीच्या जत्रेत रोज

देवीच्या देवळात जाऊन तिचं दर्शन घेतलं जायचं परंतु विठोबाचं आणि माझं काही सूत जुळलंच नसावं कधी. चुकून कधी गेलेच असेन देवळात तरी आता तिथली मूर्ती अजिबात आठवत नाहीये. आपलं जायचं असतं देवळात म्हणून जायचं आणि त्याला करायचा असतो नमस्कार म्हणून करायचा एवढंच, तोही बाहेरूनच. बाहेरून आत पाहिलं की आत खूप फुलं दिसायची.

या जागेचं आणखी एक विशेष होतं ते म्हणजे तमाशा, आजचा लोककला दर्शनाचा प्रकार. असं म्हटलं की त्याची प्रतिमा लगेचच बदलते नाही? अर्थात तो असे रात्री उशीरा. काम करणा-या पुरूषांसाठी तीच योग्य वेळ होती. आम्ही मुलांनी असल्या कार्यक्रमाला हजेरी लावण्याचा संबंध नव्हता, त्या काळातली ही गोष्ट आहे. ही आहे पुरूषप्रधान समाजाच्या काळची गोष्ट. मुलींना समाजात गौण स्थान होतं तेव्हाची कथा आहे ही. त्या काळात एवढी हिंम्मत एका स्त्रीला असावी? अर्थात मी तेव्हा लहान शाळकरी मुलगी होते. 'आईने सांगितलं की ते ऐकायचं' हा मंत्र पाळणारी ! तरीही त्यादिवशी पुढे जे घडलं ते अत्यंत अनपेक्षित होतं. माझ्या बालमनाला बुचकळ्यात टाकणारं होतं.

एका संध्याकाळी उशीरा आई म्हणाली 'चला बाहेर जायचंय.' आम्ही लगेच आज्ञा शिरसावंद्य मानत पडलो बाहेर. बरोबर आमच्याकडे काम करणारी बाई देखील होती. आईच्या हिंमतीला त्या टेकूची गरज असावी. आम्ही चालत निघालो व जत्रेत पोचलो. याआधी घरात काय घडलं होतं याची आम्हाला सुतराम कल्पना नव्हती. जत्रेत तमाशाच्या कनातीच्या आत जाऊन पोचलो आणि मागेच कुठेतरी फतकल मारून बसलो. आमच्या आजूबाजूला कोण बसलं होतं, बायका होत्या का, मुलं होती का, कोणी आमच्याकडे पहात होतं का हे सगळं मला आठवत नाही. कारण लगेचच समोर स्टेजवर गवळण सुरू झाली. एक सरळ गोष्ट होती. एक चांगली वाटणारी बाई होती. नायक गोष्टीत तिचा भाऊ होता आणि त्यांच्या नात्याची गोष्ट गुंफलेली होती. सगळं कसं कुटुंबाने एकत्र बसून पहावं असं चाललं होतं. मला ती गोष्ट आणि त्यातली मुख्य पात्र अजून डोळ्यासमोर आहेत. काही वेळाने आम्ही तिथून

बाहेर पडलो, ते सारं संपायच्या आधीच. रात्री वडील घरी आल्यावर काहीतरी रामायण घडलं की नाही ते मला कळलेलं नाही. मला ते सगळं आठवलं की राहून राहून असं वाटतं की तमाशा ही चीज छान असते की स्टेजवर होणा-या नाटकाइतकीच ! कारण कदाचित मी तो शेवटपर्यंत पाहिला नाही. पण माझी आई कुठच्या मातीतून आणि मुशीतून बाहेर पडली होती! ती माझ्यापेक्षा जास्त आईची साहसकथा आणि माझी चित्तरकथा होती.

जत्रा ही मनात एवढी रूजलेली आहे की अजूनही कधीकधी त्या जत्रांना जावसं वाटतं. आता ती बरीच बदललेली आहे म्हणे, आता तिथे कपडे, शोभेची फुलं, गजरे, खोटे दागिने, मोठी खेळणी आणि बरंच काही, मिळतं. परंतु तिथे जावसं वाटतं. घ्यायचं काहीच नसतं. खायचं काहीच नसतं. मात्र सगळं फक्त बघायचं असतं. परत एकदा अनुभवायचं असतं.

******

अंधेर नगरी आणि डास राजा

मनोरंजनाची दुसरीही अनेक साधनं उपलब्ध होती. पुस्तकं वाचणे, शिवण, भरतकाम, आईबरोबर बाजारात भाजी आणण्यास जाणे (आणि नकळत कोणती भाजी चांगली हे शिकणे), दिवाळीत रांगोळ्या काढणे, गणपतीत हार बनवणे, कै-या पाडणे व रायआवळे तोडणे (त्याकाळी हे चोरून तोडलेले खाण्याची पध्दत होती.), शाळेतल्या पटांगणात उगवलेल्या कोरांटीची फुले काढून त्यांचे गजरे बनवणं, बकुळीच्या झाडाखाली उभं राहून झाडावरून पडणा-या फुलांची मजा पहात ती गोळा करणं व एकीकडे केळीच्या सोपात ती ओवून त्याचे गजरे करणं, गप्पा मारणं, वासंती टिल्लूकडे एकत्र जमून व्यापार डाव खेळणं, पावसाळ्यासाठी उन्हाळ्यातच कागदाच्या होड्या करून ठेवणं, ... एक ना अनेक. आजकाल वेळ घालवणं हा काही फार मोठा प्रश्न राहिलेला नाही. अलिकडे तर जन्माला आलेल्या बाळाच्या हातात देखील मोबाईल दिला की ते फेसबुक, गुगल बघत शांत बसतं म्हणे. आणि त्या बाळाला आपल्यापेक्षा जास्त समजतं म्हणे त्यातलं. शिवाय टीव्ही आहेच वेळ खायला. रस्त्यावर एवढी दुकानं आहेत की रोज एका दुकानात फक्त बघायला गेलं तरी महिन्याच्या वर दिवस सहज संपतील. शिवाय काही दिवस उरले तर कॉफी शॉप्स, खायच्या - प्यायच्या जागा आहेतच. आताच्या मुलांना तर प्रश्ब पडतो की आम्ही लहान असताना करायचो तरी काय इंटरनेट, टीव्ही आणि मोबाईल नसलेल्या जमान्यात आणि तरी आम्ही आनंदी होतो ?!

अर्थात असा किती वेळ असायचा घालवायला ? अगदी लहानपणी तर गावात वीज नव्हती. आमच्याकडे असलेल्या जागतिक किर्तीच्या चुंबकीय वेधशाळेमुळे ती कधी येण्याचीही शक्यता नव्हती. आमचं सगळं आयुष्य डासांनी आम्हाला खाण्यातच जाणार अशी लक्षणं होती. संध्याकाळी आम्ही रॉकेलचे दिवे लावत असू. असा किती तो उजेड पडणार त्यांचा ? पण

आम्हाला त्याचीही सवय झाली होती. अभ्यास त्याच दिव्याच्या उजेडात, स्वयंपाक त्याच उजेडात, जेवण त्यातच, काही खेळलो तरी त्याच उजेडात. आता मुंबईतल्या लख्ख उजेडात बसून वाटलंय की ते दिवस कसे बरं काढले? अंगात सदरा आणि डोक्यावर टोपी असलेला एक माणूस रोज संध्याकाळी एक शिडी आणि इतर आवश्यक गोष्टी घेवून फिरायचा आणि तो रस्त्यावरचे दिवे लावत पुढे जायचा. त्या काळात रस्त्यावरही कोप-याकोप-यावर असेच दिवे असायचे. मिणमिणते. आम्ही रात्री नऊ वाजता झोपून जायचो. फार तर गप्पा मारायचो. आणि त्या रंगतही असत. त्यावेळेच्या बाहेरच्या मंद प्रकाशात अलिबाग किती छान आहे असं वाटत होतं, अगदी डासांसकट. मुंबईला रहावं असं कधी मनात काय स्वप्नात सुध्दा नव्हतं.

संध्याकाळसाठी आमच्या घरात दिवे तयार करण्याचं काम आईच करायची. क्वचित आम्ही बहिणी त्या कामात तिला मदत करत असू. आईने काम करायचं आणि आम्ही ते नाही करायचं, म्हणजेच आईने काम करायचं असतंच, हेच किती स्वार्थी गृहीत होतं. रोज त्या कंदिलांमध्ये रॉकेल भरावं लागे. शिवाय त्या प्रत्येक कंदिलाची काच राखुंडीने साफ़ करून त्याची ज्योत देखील साफसूफ़ करणं हे एक मोठं काम असायचं. आमच्या सगळयांच्या कौतुकाचा असा दोन वातींचा एक जरा मोठा कंदिल आमच्याकडे होता. संध्याकाळ झाली की बसायच्या मोठ्या हॉलमधे तो स्थानापन्न होई. चार पाच दिवे रोज लावले जात आणि गरजेप्रमाणे ते वेगवेगळ्या खोलीत ठेवले जात. घराच्या पुढच्या भागात आमचं दुकान होतं. तिथे पेट्रोमॅक्स लावले जात. कधीतरी एखाद्या संध्याकाळी वडील त्यातला एक घरात आणत. त्या संध्याकाळी केवढा उजेड आहे घरात असं वाटे. माझ्या आतेबहिणी मुंबईहून पाहूण्या म्हणून येत तेव्हा त्या दिवसभर ठीक असत पण संध्याकाळ झाली की त्या घाबरत. एकतर अंधाराला आणि दुसरं माणसांच्या सावल्यांना. भूत पाहिल्यासारखं करायच्या त्या. 'घरी जाऊ या' असं म्हणायला लागायच्या.

डासांकडून छळ व्हायचा तो वेगळाच. रात्री डास चावत आणि आम्ही झोपल्यावर तर त्यांना मोकळं रान मिळत असे. त्यापासून सुटका करण्यासाठी आम्ही मच्छरदाणी लावून झोपत होतो. मग काय, वेगळा त्रास!! आम्हा सगळ्यांच्या अंगावर घामोळं येत असे. जाड जाड लालसर पुरळ आणि सारखं खाजणारं. सगळे उन्हाळ्याचे दिवस हे घामोळं वाढण्यातच जायचे. त्या काळी ओडोमॉस वा कासवछाप अगरबत्ती नव्हती. पहिला पाऊस पडला की मनाला सुध्दा थंडावा वाटे. त्यात भिजायची सगळ्यांना परवानगी होती कारण त्यामुळे घामोळं कमी व्हायचं , जायचं. आणखीही एक उपाय होता. उन्हात तापलेल्या पाण्याने आंघोळ ! ती केली तर जरा बरं वाटतं, असं मानत. आणि आमच्या आईचं आणखी एक मत होतं (बरोबरच होतं ते पण अलिबागची हवा पाहता ते पाळायला आवडत नव्हतं.) की रात्री झोपल्यावर मुलींचे पाय उघडे राहू नयेत. त्यासाठी पायापासून कंबरेपर्यंत पांघरूण घेतलं पाहिजे, असा माझ्या घरचा रीवाज होता. आमचं घर कितीही मोठं असलं तरी प्रत्येक मुलासाठी वेगळी खोली अशी व्यवस्था नव्हती. त्यामुळे कितीही घाम आला तरी पांघरूण अनिवार्य होतं. आईच्याही कधी असं मनात आलं नाही की रात्री झोपताना मुलींना घालायला पायजमा द्यावा. तो फक्त पुरूषांनी घालायची चीज होता. एकूण आमच्या पायावरही घामोळं येत असे. आम्ही त्या पुरळाला ‘चरबट उठलंय’ असं म्हणत होतो. तो एक फार भयानक प्रकार होता. कपडे घालवत नसत. नायसिल सारखी पावडरही नसायची. पावसाळ्याची वाट पहात सहन करणं ही एकच गोष्ट हातात होती. अजूनही डास म्हटलं की माझ्या अंगावर शहारा येतो.

मी पाचवीत असताना कधीतरी इलेक्ट्रीसिटी आली अलिबागेत. आमच्यासाठी ती एक मोठी गोष्ट होती. नको ती जागतिक किर्तीची वेधशाळा असं वाटत असतानाच वेधशाळेचा प्रश्न कसा निकालात निघाला आणि हे झालं तरी कसं असं वाटलं. पण त्या प्रश्नात अडकून न बसता आली आहे इलेक्ट्रिसिटी तर करू या मज्जा असं जास्त वाटलं. मग त्यासाठीचं फिटींग ही झालं घरात. त्यात अभिमानाने दाखवायची गोष्ट होती पंखा. एकतर आम्ही

त्यावेळी मिळणा-या पंख्यांमधला सगळ्यात मोठा पंखा विकत घेतला होता आणि दुसरं म्हणजे पूर्वी फक्त हाताने करता येण्याजोगी गोष्ट आता पंखा करत होता. ते म्हणजे वारा घालणे. आपण फक्त पंख्याचं बटण चालू करून त्याखाली बसायचं. मग आपण राजे असल्यासारखं कुणीतरी वारा घालत होतं. तेही हाताने घालण्यापेक्षा कितीतरी वेगाने. मज्जा.

माझे आजोबा घरी कुणी आलं (अनेकदा खास बोलावूनही) की त्या मंडळीना, खुंटी पिळल्यावर पंखा कसा हळूहळू जास्त वेगाने फिरू लागतो ते प्रात्यक्षिकासह दाखवत. नंतर तो 'फुल' करून पाहुण्यांना गारीगार करत, 'आहे की नाही छान?', या त्यांच्या प्रश्नाने ते संभाषण संपत असे.

******

सिनेमा

अलिबागमध्ये इलेक्ट्रिसिटी आल्यानंतरच्या गोष्टी आहेत या. त्या काळातला सिनेमा हे आमच्यासाठी खरंखुरं चलत्चित्र होतं. आम्हाला ती फिल्म गोलगोल फिरताना दिसायची. तुटली की आमची सगळ्यांची नाराजी सुस्का-यांमधून प्रकट व्हायची. त्याच काळात लाईट गेले की मनातल्या मनात तो येण्यासाठी प्रार्थना आणि उघडपणे इलेक्क्ट्रीसिटी बोर्डाला वाईट शब्द ऐकवले जायचे.

हा सिनेमा दाखवण्याचा कार्यक्रम आमच्या सार्वजनिक गणपतीत्ल्या कार्यक्रमांपैकी एक असायचा. तो दाखवणारी खास माणसं बोलावीत असावीत त्याकाळी. परंतु आम्हाला त्याचं काहीच सोयरसुतक नव्हतं. आमचा मतलब फक्त सिनेमा पहाणे एवढाच होता. काय उत्साह असायचा तो पाहण्याचा ! सिनेमा दाखवला जायचा बाजाराच्या इमारती बाजूला, रस्त्यावर. पडदा लावला जायचा रस्त्याच्या मधोमध. त्याच्या एका बाजूला बायका बसत तर दुस-या बाजूला पुरूष. एवढंच काय पण कोणत्या बाजूला पुरूष आणि कोणत्या बाजूला स्त्रीया हे ठरलेलं होतं, त्यात फेरबदल होत नसे. साहजिकच त्या रात्री कुठे बसायचं हे आमचं आम्ही ठरवत असू. मग कुणीतरी लवकर सतरंजी घेऊन जायचं आणि घरातल्यांसाठी जागा पकडून ठेवायची, ही सर्वमान्य पध्दत होती. अर्थात पडद्याच्या दोन बाजूंना बसल्याने एका बाजूला सगळं उलटं दिसायचं आणि ते पुरूषांना दिसायचं. परंतु त्यांनी कधी तक्रार काय पण कुरकुर केल्याचं देखील आठवत नाही.

शिवाय सिनेमा कोणता आहे हे माहिती नसताना देखील आम्ही त्याच उत्साहाने जागा पकडायचो. माझ्या आठवणीत दोन सिनेमे असायचे. एक आमच्याकडे आणि दुसरा पोलिस लाईनीत. बरेच जण त्यातला निवडायचे व तिथे जायचे. आम्हाला तशी मुभा नव्हती. मग दिसेल तो सिनेमा पाहायचो

आणि त्यातच मज्जा मानायचो. चांगले सिनेमेही असायचे. भाभीकी चुडियाँ, बीस साल बाद, असली नकली, कोहिनूर असे चांगले सिनेमे आणि रामायण सारखे सिनेमे मी तिथेच पाहिले आहेत व ते अजूनही मझ्या लक्षात आहेत. माझ्या सुरूवातीच्या आयुष्यातलं सिनेमा पाहाणं हे असं होतं.

कधीतरी एक थिएटर सुरू झालं अलिबागेत. किती छान हवेशीर होतं ते ! सिनेमा नाहीच आवडला फारसा तर खरे खुरे तारे बघता येईल असं. सर्व समावेशक होतं ते. सर्वात कमी तिकीट (ज्यात जमिनीवर बसावं लागे, ज्याला नाटकाच्या भाषेत पिटात बसणे म्हणत. फरक एवढाच की नाटकाच्या थिएटरात ते अगदी मागे असे तर सिनेमाच्या जागी ते अगदी पुढे.) ते अगदी 'फॅमिली रूम' पर्यंत सगळ्या सोयी तिथे होत्या. बसायला असलेल्या दुमडायच्या खुर्च्या अगदी बेताच्या होत्या. खुर्च्या आणि पिट याच्या मधे बाकडी असत. कुठेही बसलं तरी सगळ्यांना समोर आणि वर दृश्य समान दिसत असे.

आमच्या वडिलांना सिनेमा पाहायचा मोठा शौक होता. त्यामुळे आम्हा भावंडाना सिनेमा पाहण्यासाठी कधिही हट्ट करावा लागला नाही. त्यांच्या सिनेमाच्या शौकापायी त्यांनी कधी आम्हाला घरात ठेवलं नाही. आम्हाला घेवून आणि अनेकदा तर त्यांच्या कुठल्यातरी मित्राला घेवूनही वडील सिनेमा बघायला नेत असत. त्यातही डिया शेट हा त्यांचा खास मित्र होता. खाली पायजमा आणि वर शर्ट हा त्यांचा पोशाख असे. माझ्या वडिलांचाही काही फार वेगळा नव्हता. गावातले बरेचसे पुरूष तसाच पेहराव करत. आम्हा मुलांना कोणता सिनेमा लागला आहे ते बरोबर माहिती असायचं. कारण शाळेच्या जायच्या यायच्या रस्त्यावर मारूती नाक्यावर त्याचं पोस्टर लागायचं. वडिलांच्या मनात आलं की ते आम्हाला कोणता सिनेमा दाखवताहेत ते विचारून सिनेमाला जायचं का ते ठरवतात, असं आम्हाला वाटायचं. परंतु खरं तर त्यांच्या मनात आलं, दिवसभर काम करून जीव कंटाळलेला असला की ते सिनेमा पाहायचं म्हणत, असं आता कळतंय. आम्ही काही म्हणणं वा न म्हणणं

याने काहीही फरक पडत नव्हता. कोणत्या दिवशी सिनेमा बघायचा हेही ठरलेलं नसे. त्यांच्या मनात आलं की जायचं, हेच खरं होतं. काहीही असो आम्ही पाहिले तितके सिनेमे माझ्या कोणत्याच मैत्रिणीने पाहिले नसणार. ब-याच वेळेला तर लागला नवीन सिनेमा की आम्ही जात असू. माझ्या ज्या मैत्रिणीच्या कुटुंबाची त्या थिएटरची मालकी होती तिने देखील एवढे सिनेमे पाहिले नाहीत कधी, जितके मी पाहिले. त्यामानाने आता फारसे सिनेमा पाहिले जात नाहीत.

'टुरिंग' थिएटरचं हे खास होतं की, ते पावसाळ्यात बंद असायचं. वर छप्पर नसल्याने दुसरा उपायच नव्हता. आणि अशी दोन थिएटर्स होती. एक गावातलं आणि दुसरं चोंढीतलं. आम्ही चोंढीलाही जायचो सिनेमासाठी. हे गांव थोडं दूर होतं. तिथे चालत जाता येत नसे. आमच्या वडिलांना मोटार बाळगण्याचा शौक होता म्हणून आम्हाला तिकडे जाणं जमायचं. वेळेवर न पोचूनही आम्हाला तिकीटं मिळत. अनेक सिनेमांना आम्ही उशीरा पोचलोय. चोंढीच्या थिएटरचं खास हे होतं की तिथल्या झाडांवर बसूनही सिनेमा व्यवस्थित दिसावा एवढी जवळ होती ती. जनतेसाठीची ही खास सोय अलिबागमधे नव्हती. माझे वडील आणि त्यांचे मित्र डिया शेट शेवटच्या रांगेच्याही खूप मागे जाऊन बसत आणि मग त्यांच्या गप्पा जास्त आणि सिनेमा बघणं कमी हा प्रकार चाले. शिवाय दोघे सिगरेटही तिथेच बसून ओढत. गंमत म्हणजे त्यांच्या त्या बडबडीचा वा सिगरेटच्या धुराचा कुणाला त्रास होत नसावा कारण कधी कुणी त्याबद्दल बोललं नाही. कदाचित तो त्या टुरींग थिएटरचा फायदा होता. त्याकाळात सिनेमात गाणं सुरू झालं की बरीच मंडळी थिएटर बाहेर पडत आणि गाणं संपलं की परत येत. मला वाटे इतकं छान गाणं सुरू आहे आणि हे लोकं असे बाहेर काय जातात? मग कळू लागलं की त्यावेळात गोष्ट पुढे सरकत नाही म्हणून ते बाहेर जातात.

याच थिएटरमधे आम्ही एकदा 'लव्ह ॲन्ड मर्डर ' या नावाचा सिनेमा पाहायला गेलो होतो. त्याकाळात खून वगैरे काही असलं की तो लगेचच

मुलांसाठी नसे. पण हा सिनेमा ज्यात नावातच मर्डर होता तो पाहायला आम्ही मुलंही गेलो होतो. सुरूवातीचा मर्डर आणि मग एका खोपडीवरून चालणारा एक उंदिर पाहून माझी बहिण प्रभा जोरात ओरडली होती. तिच्यासारखी आणखीही काही होती. माझ्या धाकट्या भावाचे डोळे विस्फारले होते आणि मी जरा मोठी होते. शिवाय माझ्या लक्षातही होतं की तो सिनेमा चालला आहे. दुसरा एक सिनेमा जो मी त्याकाळात पाहिला नाही तोही माझ्या लक्षात आहे, गुमराह ! माझ्या मुंबईहून आलेल्या आत्यांसाठी बघायला म्हणून सगळे खास तो सिनेमा पाहायला चोंढीला गेले. मला नेलं नाही, ते लक्षात आहे. तसाच आणखी एक सिनेमा 'चौदवीका चाँद'. त्यातलं गाणं मला खूप आवडलं होतं. ...... ''चौदवीका चाँद हो ......'' हे ते गाणं. त्या गाण्यात वहिदा रेहमान अत्यंत सुंदर दिसली होती. मला तो सिनेमा पाहावासा वाटत होता. पण तो 'तू पाहायचा नाही' असं फर्मान काढून मला गप्प बसवलं होतं. हे दोनही सिनेमे मी गेल्या 10 वर्षात पाहिले. दोनही चांगलेच होते आणि ते मुद्दाम दाखवावे तरूणांना असं वाटलं.

******

सिनेमा व सांस्कृतिक वारसा

कधी कधी नावं महत्त्वाची नसतात तर त्याच्याशी निगडीत आठवणी जास्त महत्त्वाच्या होत जातात. आमच्या कडच्या मनोरंजनाच्या सुविधांबद्दल हे जास्त खरं आहे. शेवटी मनोरंजनाच्या सुविधा म्हणजे काय तर विकसित होत जाणारं सांस्कृतिक वातावरण. आमच्याकडे अलिबागेत त्यासाठी एक सार्वजनिक वाचनालय आणि शाळा कॉलेजात होणारे सांस्कृतिक कार्यक्रम इतकंच होतं. अर्थात घराघरात होणा-या मंगळागौरी, हळदीकुंकू, डोहाळेजेवणं, लग्न, मुंज इत्यादि सुध्दा सांस्कृतिक कार्यक्रम होते, परंतु त्याने समाजावर होणारा परिणाम अगदीच मर्यादित होता आणि त्यामुळे काही फारसे बदल घडण्यात हातभार लागण्यातला नव्हता. उलट असलेल्या चौकटीत राहूनच या गोष्टी करण्याकडे कल असतो. अलिकडे सगळे बदल इतके पटापट होतात की कधीकधी तर आपल्याला कळायच्या आत नवीन वाटलेल्या गोष्टी जुन्या होऊन नव्या त्यांची जागा घेतात.

अलिबागच्या आताच्या ‘ब्रम्हा – विष्णु – महेश’ चं तसंच झालं आहे. हे मल्टिप्लेक्स झालं आहे हे मला कळलं तोपर्यंत ते तिथल्या लोकांसाठी ‘हॅ SSS, जुनी गोष्ट’ झालं होतं. आमच्या वेळेचं महेश टॉकीज इतिहासात जमा होऊन खूप वर्ष झाली होती. त्यावेळी टुरींग टॉकीज जाऊन नवीन महेश टॉकीज बनलं त्याला आम्ही साक्षीदार होतो. मला तर आता तेही खूपसं आठवत नाहीये. माझ्या एका मैत्रिणिच्या – संध्याच्या - आठवणीप्रमाणे त्याचं समोरचं रूप एका ट्रांझिस्टरसारखं होतं.

किती सिनेमे मी त्या थिएटरमधे (टुरींग आणि नंतरच महेश) पाहिले त्याचा हिशेब ठेवलेला नाही पण खूप पाहिले आहेत. माझ्या वडिलांच्या कृपेने त्या काळातले जवळजवळ सगळेच ! आईचं फार सिनेमा वेड नव्हतं. तिला दोन गोष्टी आवडत. एक वहिदा रेहमान आणि दुसरं “हुजुरेवाला जो होगी ...”

हे 'ये रात फिर ना आएगी 'चं गाणं. अमुक एक सिनेमा पहायचाय असा हट्ट तिचा नसे. साधारणपणे रात्रीचं जेवण करूनच सिनेमाला जाणं व्हायचं. त्यामुळे सिनेमामधे काहीही खाणं पिणं व्हायचं नाही. तिथल्या त्या गोष्टींची ओळख झाली नाही. सिनेमाच्या बाबतीत सुरूवात केली ती श्री. गजू दळी यांनी. ते जरा कलासक्त या वर्गात मोडणारे. त्यांनी चोंढीत 'सत्यजित' नावाचं थिएटर उघडलं. महेश त्यांचं होतंच. आधी कोणतं आणि नंतर कोणतं हे मला ज्ञात नाही. परंतु अलिबाग आणि त्याच्या आजूबाजूच्या गावांची सिनेमाशी ओळख करून दिली ती श्री. गजू दळी यांनीच. आणि त्यांची भाची ही माझी मैत्रिण उषा पाथरे.

सिनेमाप्रमाणे नाटकांची ओळखही अशाच उघड्या थिएटरने -- सिध्दराज कलामंदिर -- करून दिली. आमच्या घरात नाटकांचा शौक नव्हता. त्यामुळे जितक्या ओढीने सिनेमे पाहिले गेले तितक्या कौतुकाने नाटकं पाहिली गेली नाहीत. मला आठवतं त्याप्रमाणे त्याकाळी आंग्रेवाड्याच्या बाजूला नाटकाचं थिएटर होतं. त्याशिवाय कधीतरी ते केळकर डॉक्टरांच्या घरासमोर होतं. तिथे बाहेरच नाटकांची पोस्टर लागत. हे सगळं भाऊ सिनकर यांच्यामुळे. त्यांनी ही सुरूवात करून दिली. ही सांस्कृतिक सुरूवात आम्ही त्यांच्यामुळे पाहिली आणि नाटक या प्रकाराचा आनंद घेवू शकलो. नाहीतर फक्त शाळा वा कॉलेज मध्ये होणारी नाटकं पाहण्यावर आम्ही राहिलो असतो.

मला अजूनही आठवत असलेलं नाटक म्हणजे 'डायल एम फॉर मर्डर '. सीमा आणि रमेश देव यांच्या त्यात प्रमुख भूमिका होत्या. तो दिवस खास असावा. मी नुकतीच सायकल चालवायला शिकले होते. एकंदरीत सायकल घेऊन रस्त्यावरून भटकत होते. तेवढ्यात लक्षात आलं की माझ्या समोर चालत असलेल्या टांग्यात (एक प्रकारची घोडागाडी) मागच्या बाजूला बसलेले दोघे सीमा आणि रमेश देव आहेत आणि समोर दिसणा-या खुळ्या गावकरी मुलीकडे (म्हणजे माझ्याकडे) पहात आहेत. मला कानकोंडं व्हायला झालं. मी सायकल थांबवली आणि दूर जाणा-या टांग्याकडे पहात राहिले. नंतर

त्या रात्री मी ते नाटक मी पाहिलं आणि त्याची गोष्ट आणि जवळजवळ सगळं नाटक मला अजूनही आठवतंय. (नंतर तर श्री रमेश देव मला काही कारणाने भेटले आणि आमची चांगली ओळखही झाली.)

नाटकाचं थिएटरही काही फार चांगलं नव्हतं. मागे पिटात तर मातीच असायची. पुढच्या खुर्च्या जरा ब-या होत जायच्या. अगदी पुढे तर सोफा असायचे असं वाटतंय. हे देखील बाजूने कनात वा पत्रे लावलेलं असंच होतं. त्या काळात बहुदा सगळी नाटकं व सिनेमा कौटुंबिक असायचे, त्यामुळे घरातील सगळे एकत्रच ती बघायला जात. नंतरच्या काळात तो प्रवाह बदलत गेला. नाटकं आणि सिनेमा दोन्ही प्रौढांसाठी असे वेगळे बनू लागले. पालकवर्गाची पंचाईत होऊ लागली.

आमचीही झाली होती. माझ्या मुलांच्या लहानपणी 'राम तेरी गंगा मैली' हा राजकपूरचा सिनेमा लागला तेव्हा तो फक्त प्रौढांसाठी असल्याने मुलांना न कळवता आपण सिनेमाला कसं जायचं या विचारात आम्ही असताना, मुलांनी ' हॅं, काही विशेष नाही तो सिनेमा' असं तर आम्हाला सांगितलंच. शिवाय 'गेल्या आठवड्यातच पाहिला आम्ही तो आमच्या मित्राकडे. त्याच्या व्हीसीआर वर.' ही माहिती देखील पुरवली. यावेळी मला माझ्या लहानपणी न पाहिलेल्या सिनेमांची आठवण प्रकर्षाने झाली होती.

सिनेमाबद्दलच्या कथा सिनेमापेक्षाही जास्त मजेशीर असत. त्याकाळात लोकं तसे देवभोळे असायचे, निदान आमच्या अलिबागमधे तरी असायचेच. एकदा आमच्याकडे 'तीन देवियाँ' हा सिनेमा लागला तेव्हा भोळेपणाचा कळस झाला. तीन देवींबद्दल काहीतरी खास आहे असं वाटून अनेक बायका – पुरूष आले होते. (बायका जास्त. कारण संध्याकाळी करायच्या बाकीच्या अनेक गोष्टी पुरूषांकडे असत बहुधा.) फक्त वयस्कर नाही तर देवभोळे. शिवाय देवीदर्शनासाठी काही कोळी समाजाच्या बायकाही आल्या होत्या, अगदी अक्षता, फुलं, उदबत्त्या घेऊन. नंतर काही वेळातच ही सारी मंडळी देवा

आनंदच्च्या तीन देव्या पाहून वैतागली आणि त्यातील बरीचशी शिव्या देत थिएटर बाहेर पडली.

सिनेमा आणि नाटकं हा संपूर्ण सांस्कृतिक संस्कृतीचा एक भाग आहे. इतरही अनेक गोष्टी आहेतच. संपूर्ण जगताना आपण सगळेच ही संस्कृती जपत असतो. वाढवत असतो. तिच्या विकासाची स्वप्न पहात असतो. त्यामूळेच तर एखाद्या गावाची व्यक्ती अशी वा तशी असे अंदाज आपण बांधत असतो. कारण एकदा का व्यक्ती त्या गावात राहिली की काही प्रमाणात तिथले गुण व वाण त्या व्यक्तीला चिकटतातच. हे सगळे गुण व वाण तिथल्या हवेत, मातीत, झाडांत, माणसात असतात. दुस-या माणसाला देता येतील वा त्याच्याकडे आपोआप जातील अशा या गोष्टी आहेत.

******

माझ्या भावविश्वातला कुलाबा किल्ला

आईबरोबर जाऊन समुद्रावरच्या वाळूचे किल्ले बनवण्याचे वय संपलं आणि मी कधीकधी मैत्रिणींबरोबर तिथे जाऊ लागले. आम्ही तिथे वेगवेगळया खेळांच्या मैफिली रंगवू लागलो. कधी तिथे वाळूतच बसून गप्पा मारू लागलो तर कधी आट्यापाट्या खेळू लागलो. तेव्हा समुद्राचा किनारा अगदी नैसर्गिक होता. फार कुठे मोठे दगड घातलेले नव्हते. महाविद्यालयाच्या आणि वेधशाळेच्या मधे असलेल्या मैदानाच्या समुद्राच्या बाजूला मात्र दगडांचा पक्का बांध घातलेला होता. सिनेमात दिसतो तसाच नटखट दिसणारा किशोरकुमार आणि खूपशी रंगवलेली कल्पना यांचं कुठल्याशा सिनेमाचं चित्रीकरण लागोपाठ दोन दिवस मी तिथे पाहिल्याचं आठवतं. मला वाटतं मी तेव्हा शाळेतच जात होते किंवा महाविद्यालयाच्या पहिल्या वर्षाला (त्याकाळात त्या वर्षाला पी. डी वा प्री डिग्री म्हणत.) असेन.

समुद्राशी माझी खरी दोस्ती झाली महाविद्यालयात गेल्यानंतरच. माझी मैत्रिण रजनी जोशी आणि मी आम्ही शेवटच्या तीन वर्षात जवळपास रोज संध्याकाळी समुद्रावर फिरायला जात होतो. सातच्या आत घरातही येत होतो. सगळयाच मुली येत, त्यात आम्ही काही विशेष करत नव्हतो. या समुद्राकाठाच्या मैत्रीबरोबरच आमच्या नजरेची मैत्री समोर समुद्रात दिसणा-या किल्ल्याबरोबरही झाली. त्याचं तिथे असणं ही एक प्रकारची भावनिक सोबत होती. किल्ल्याशिवाय समुद्र ही कल्पना माझ्या मनाला कधिही शिवणं शक्य नव्हतं. आजूबाजूचे गडकिल्ले भोवताली होतेच. गावातला हिराकोट, जवळचाच खांदेरी व उंदेरी, रेवदंड्याचा किल्ला, असे अनेक किल्ले !

अलिबाग इथले किल्ले तर विशेषच म्हणायचे. मला नेहमीचे म्हणून माहिती असणारे किल्ले दोन. एक हिरकोटचा किल्ला आणि दुसरा कुलाबा . एक भुईकोट तर दुसरा सागरकोट. एकात बंदीवान लोक तर दुसरा सर्वांसाठी खुला.

तसं पाहिलं तर हिराकोटचा किल्ला हा गावातच होता. आमच्या नेहमीच्या जाण्या-येण्याच्या रस्त्यावरून तो लक्षातही येणार नाही असा लपलेला. कोर्टाने कारावासाची शिक्षा दिलेले कैदी या ठिकाणी ठेवले जातात. कारागृहाची वेगळी भिंत बांधणं या किल्ल्यामुळे टळलं. शिवाजी महाराजांनी आजचीही सोय केली होती या किल्ल्याच्या रूपाने. केवढी ही दूरदृष्टी ! नवीन बांधलेली घरं कधी पडतील याचा भरवसा नसलेल्या या जगात, एवढ्या पुराण्या वास्तु अजूनही तग धरून उभ्या आहेत हे पाहून ऊर अभिमानाने भरून येतो.

अरबी समुद्राने वेढलेला कुलाबा किल्ला ही एक ऐतिहासिक वास्तु आहे. मराठा नौदलाचा एक भाग असलेला हा किल्ला सुमारे 300 वर्ष जुना आहे. मराठ्यांना किल्ल्यांचे सागरिक महत्व माहित होते. शिवाजी महाराजांचा हा मृत्युपूर्वी बांधलेला शेवटला किल्ला असल्याचे मानण्यात येते. दुर्दैवाने तो त्यांच्या हयातीत पूर्ण झाला नाही परंतु संभाजी महाराजांनी तो पूर्ण केला. त्या काळात मराठ्यांचे ॲडमिरल कान्होजी आंग्रे होते. अनेक वर्ष हा किल्ला त्यांच्याच ताब्यात होता. किल्ल्याच्या आत पाहण्यासारख्या अनेक ऐतिहासिक कलाकृती आहेत. फारशी लोकवस्ती नसल्याने इथे ब-यापैकी शांतता असते. पार्श्वभूमीवर लाटांचे एक हलके संगीत असतेच असते. किल्ल्यातलं गणपती मंदिर, तसंच स्तिमीत करणारी इथल्या गोड्या पाण्याची हे खास पाहण्यालायक आहे.

मी हे पाहिलं ते मित्रमैत्रिणींबरोबर. महाविद्यालयात गेल्यानंतरच्या गोष्टी आहेत या आतून किल्ला दर्शनाच्या. मी आतून तो पाहिला नसला तरी तो आमचा अलिबागकरांचाच किल्ला होता. कधिही जावं आणि पहावा. घाई कशाला हवी? हे म्हणतच कितीतरी वर्ष गेली होती. प्रत्यक्षात तिथे जायची वेळ आली ती त्या समोरच्याच किना-यावरच्या इमारतीत रोज जाऊ लागल्यानंतर. किल्ला रोज खुणावे. कधी येतेस मला भेटायला?, असं विचारी. मग ते एक दिवस सहज घडून आलं. आमचे मधले दोन तास ऑफ होते. काय करावं असा मनात विचार चालू असताना थोडी ओळख झालेल्या काहीजणी

किल्ल्यात जाऊ असं म्हणताहेत असं कानावर आल्याबरोबर मी जाऊन त्यांना मिळाले. त्या अलिबागच्या नव्हत्या त्यामुळे त्यांच्यासाठी ती महत्त्वाची सैर होती. समुद्राला भरती नव्हती आणि ओहोटी सुरू होऊन काही वेळ झाला होता. त्यामुळे किल्यात जायला ती योग्य वेळ होती. तसं अलिबागच्या वा कदाचित समुद्राजवळ राहणा-या प्रत्येकाला हे भरती – ओहोटीचं गणित बरोबर समजत होतं.

माझी पहिली किल्ल्यापर्यंतची सैर. साधारण दोन मैल चालत गेल्यावर किल्ला अगदी जवळ आला. मग मुख्य किल्ल्याच्या व्दारातून आत शिरताना जाणवलं की दर्शनीच खूप शंख शिंपले पडले आहेत. जणू

येणा-यांच्या स्वागतासाठी काढलेली होती ती. तिथून आत शिरल्यावर एकदम किल्याचं शिवार नजरेत आलं. मोठं ! दूरवरपर्यंत नजर नेणारं. नजर अडली ती तटबंदीमुळे. किल्ल्यात झाडं होती. लोकांची वस्ती होती. लोकं रहात होते म्हणजे देवाची वस्ती आलीच तिथे. एक गणपतीचं सुंदर मंदिर आणि आत सुंदर मूर्ती. एकूणच एवढं शांत आणि सुंदर वातावरण की देवळात गेलं तर देव भेटल्यासारखचं वाटतं.

किल्ल्याच्या शेवटीपर्यंत गेल्यानंतर एक लहानसा दरवाजा लागतो. जो 'यशवंत दरवाजा' वा 'दर्या दरवाजा' म्हणून ओळखला जातो. तेथून पाहिल्यावर दिसतो तो अथांग सागर व क्वचित कधी दूरवरून जाणारी एखादी मोठी बोट. दरवाज्यातून खाली पाहिलं तर खूप सारे खडक दिसतात. या किल्ल्याच्या शेजारीच एक वेगळी जागा आणि तिची तटबंदी दिसते. या किल्ल्यातून तिकडे जाता येत नाही. तिथे काही विशेष असल्याचं जाणवत नाही. मला तर ती जागा कशासाठी बांधली होती त्याची कल्पना नाही. भरतीचं पाणी या दोन्हींमधून जातं. यानंतरही अनेकदा अशाच कारणांनी मी किल्ल्याला भेट द्यायला गेलेली आहे आणि त्या भेटींच्या संख्येचा आकडा आता लक्षात ठेवण्याची गरज उरलेली नाही.

आजकाल हा किल्ला हे एक लोकप्रिय पर्यटन आकर्षण आहे आणि शहरातील सर्वात महत्वाचे ठिकाण आहे. भारतीय पुरातत्व सर्वेक्षणाने ऐतिहासिक महत्त्व असल्यामुळे त्याला राष्ट्रीय संरक्षित स्मारक म्हणून घोषित केले आहे. आता हा किल्ला केंद्रिय सरकारच्या ताब्यात आहे. तरीही शिवाजी महाराजांचे सरदार श्रीमन कान्होजी आंग्रे यांचे वंशज श्रीमान सरखेल रघुजीराजे आंग्रे शिवाजी महाराजांच्या या व इतर वास्तूंबाबत सजग आहेत. या इमारतींना त्यांचं पूर्वाश्रमीचं महत्त्व व तेज पुर्नप्राप्त व्हावं यासाठी प्रयत्नशील आहेत. त्यांचे विचार त्यांच्याच शब्दात मांडायचे तर "या सगळ्या किल्ल्यांचा उज्ज्वलकाल परत यायला हवा. त्यांची अर्थव्यवस्था पर्यटनामुळे परत एकदा गौरवपूर्ण व्हायला हवी. यासाठीच्या सरकारच्या प्रयत्नांना आपली पूर्ण साथ असायला हवी."

अशी सोन्यासारखी भली माणसं आमच्या अलिबागला मिळाली आहेत, हे किती भाग्याचं ! आमच्यासारखी माणसं गावाबद्दल फक्त प्रेम व्यक्त करतात तर ही माणसं ते प्रेम प्रकाशित ठेवण्याचा प्रयत्न करत असतात. मी माझ्या दर भेटीत किल्ल्याकडे नजर टाकण्यात धन्यता मानते. कारण मला दर भेटीत तिथे जाणं जमलं नाही तरी माझ्या भावविश्वाचा तो एक भाग आहे.

******

वाचनालय

सर्वसाधारण वाचनालय ही ज्ञान पसरवण्यास उत्सुक अशी जागा असते. आणि अशी अपेक्षा असते की आजूबाजूला असणारी लोकवस्ती ते ज्ञान तितक्याच उत्सुकतेने जमा करू इच्छित असते. शिवाय अलिबागचा 'डोंगरे हॉल' हे सार्वजनिक वाचनालय असल्याने सगळ्यांना तिथे जायचा समान हक्क होता. माझ्या जन्माआधीपासूनच ही ज्ञानगंगा वहात होती आणि आम्हाला ती आयतीच मिळाली. नशिबानेच मी समुद्राकाठी आणि या ज्ञानगंगेपाशी जन्माला आले.

आमच्या घरापासूनही ही वाचनालयाची इमारत फार दूर नव्हती. एकट्या मुलीने देखील केव्हाही जावे – यावे अशी होती. शिवाय माझ्या आईला वाचनाची आवड होती आणि माझ्या एका आत्याला देखील, त्यामुळे वाचनालयात जाण्यास पूर्ण मुभा होती. ही किती मोठी गोष्ट आहे हे पूर्ण स्वातंत्र्य असणा-या आजच्या मुलींना कळायला जरा कठीण आहे.

मला नीट वाचता येतंय हे लक्षात आल्यावर माझ्या आईने मला या वाचनालयाचं सदस्यत्व घेऊन दिलं. सुरूवातीला तीच मला बरोबर घेऊन जात असे. पुस्तकं बदलायची वेळ क्वचितच येवू लागली तेव्हा तिच्या लक्षात आलं की माझा पुस्तक वाचण्याचा वेग अंमळ कमीच आहे. पण तीच बरोबर यायला लागल्यावर मला दुसरा पर्याय नव्हता. जायची मी बरोबर आणि बदलायची पुस्तक. वाचनालयाच्या मला मोठ्या वाटणा-या इमारतीच्या उजव्या बाजूने एक दरवाजा होता. तो मला पुस्तकाच्या कपाटांच्या खोलीत नेई . तिथे शिरल्यानंतर लगेच डाव्या बाजूला असलेल्या दारातच एक टेबल होतं. टेबलावर बसलेल्या माणसाचा चेहरा त्याच्या समोरच्या मोठ्या हॉलकडे असला तरी त्याचं टेबल आम्हाला दरवाजातच अडकवून ठेवी. हॉलमधे मध्येच एक मोठ्ठं टेबल होतं आणि त्या टेबलाभोवताली ब-याचशा खुर्च्या

होत्या. मी ब-याचदा संध्याकाळी पुस्तक बदलायला जात असे तेव्हा तिथे बरीचशी पुरूष मंडळी काहीतरी वाचत बसलेली असत. भारीच होतं वाचन त्या मंडळींचं. रोज वाचत असत. मला तर ती सारी मंडळी फार अभ्यासू वाटत. कारण माझ्या वाचनाचा फारच आनंद होता.

वाचनाच्या त्या सहाएक वर्षात मी दहा सुध्दा पुस्तकं वाचली नसावी. आई सांगते त्याप्रमाणे मी जे एक पुस्तक ब-याचदा आणलं ते होतं 'बडा नाना आणि छोटा नाना'. आज मात्र मला त्यातली एक ओळ देखील आठवत नाहीये. त्याची काहीच दृश्य आठवण मला नाहीये. दुसरं एक पुस्तक मला आठवतंय जे अनुवादित होतं. कुठल्या तरी बर्फाळ प्रदेशात लिहीलेलं होतं ते. मला त्यातलं काय आवडलं ते नेमकं सांगता येणार नाही आता. त्यात वर्णन होतं काहीतरी पदार्थाचं, जे एक बाई बनवत होती आणि मुलं ते गरमच्या गरम बाहेर बर्फावर नेऊन पसरवत होती. नंतर खातही होती. शिवाय मला त्यात हे ही वाचल्याचं आठवतंय की त्यातल्या मुलींच्या व बायकांच्या कंबरा वीतभर होत्या. मला हे आठवतंय याचीही आता गंमत वाटते आहे .

आता वाचनालयाच्या आवारातच प्रदर्शनं (गृहोपयोगी वस्तूंची वा साड्यांची) भरतात, असं कळतं. एवढं मात्र मी खात्रीने सांगू शकते की तिथे खूप जुनी व दुर्मिळ पुस्तकं अजूनही असणार. खूप खूप वर्ष जुनं आहे हे वाचनालय. ते "डोंगरे हॉल" या नावाच्या प्रसिध्द इमारतीत आहे. हा डोंगरे हॉल नसता तर मी जी काही दोनचार पुस्तकं वाचली ती देखील वाचली नसती. माझं वाचनाशी असलेलं हे नातं कधी फार पुढे गेलंच नाही. आता मी खूप लिहीते आहे परंतु मी खूप वाचलं असतं तर कदाचित आता लिहीते आहे त्यापेक्षा जास्त चांगलं लिहीलं असतं.

माझ्या शाळेतही पुस्तकं वाचायला दिली जात. पण त्यासाठी एखादी जागा वा खोली अशी नव्हती. पुस्तकं वर्गात आणली जायची, मग बाई ती पुस्तकं दोन गठ्यात विभागून टेबलवर मांडत. त्यानंतर एकेकीने तिथे जायचं आणि वरच्या दोन पुस्तकातलं एक पुस्तक निवडायचं. निवडीचं केवढं ते स्वातंत्र्य !

एक वही होती त्यात बाई आम्ही प्रत्येकीने कोणतं पुस्तक घेतलं त्याची नोंद करत. आठवड्यातून एकदा हे नाटक चाले. शाळेने सोय केली होती, बाई त्यांचं काम नीटपणे करत होत्या, परंतु घरी नेलेलं पुस्तक वाचलं की नाही याची कधी चौकशी केली गेली नाही शाळेत. त्यामुळे मी ते पुस्तक दप्तरात घालत असे आणि पुढच्या आठवड्यात ते त्यातून काढून बाईंना परत करत असे. निष्कर्ष हा आहे की नुसती पुस्तकं उपलब्ध करून दिल्याने ती वाचली जातील याची मुळीच खात्री नाही.

आमच्या घरात माझी आई थोडं फार वाचत असे. वाचनालयातून मासिक आणून वाचताना तिला मी पाहिलं आहे. परंतु माझ्या वडिलांचं वाचन वर्तमानपत्र वाचण्यापलिकडे गेलेलं मी कधी पाहिलं नाही. पण ते वाचणार तरी कधी होते? आठवड्याचा एक दिवस सोडल्यास, जेव्हा ते दुकानच्या खरेदीसाठी दिवसभर मुंबईला घालवत, सगळे दिवस दुकान चालवण्यातच जात असत. माझे भाऊ आणि बहिणही वाचण्यात असे फारसे नव्हतेच. त्यांच्या आवडी वेगळ्या होत्या. घरातही काही फार पुस्तक नव्हती की मी ती घेऊन हाताळावीत आणि मग कधीतरी मला वाचनाची आवड निर्माण व्हावी. याला अपवाद दोन पुस्तकं – एक 'माणिक मोती' आणि दुसरं होतं जगाच्या प्रवासाबद्दलचं. तेही भाषांतरीत होतं आणि ठरलेल्या ऐंशी दिवसात एका गृहस्थाने आव्हानाने केलेली जगाची फेरी. त्यामाने मी खरं मनापासून वाचलं ते माझ्या नलूआत्याने लिहून ठेवलेलं. तिच्या काही वह्या माझ्या वाचनात आल्या आणि ते मला वाचावसं वाटलं.

एक मात्र मी वाचलं. तरूणपणीच्या काळात ना. सी. फडके थोडेफार वाचले. माझ्या आतेबहिणीकडे खूप पुस्तकं असायची. तिचे पालक तिला खूप पुस्तकं घेऊन देत. तिचं पाहून पाहून मी ययाती आणि मृत्युंजय ही पुस्तकं वाचली. शिवाय आत्याकडे गेलं की ती रोज पुस्तक वाचायला लावायची. ही माझी लीलाआत्या करारी होती आणि तिचा दराराही होता, ज्यात तिचा प्रेमळपणा लपला जायचा. मी मात्र नंतर वाचत राहिले. सुमती क्षेत्रमाडे, लता

राजे, विजया राजाध्यक्ष यांची पुस्तकं मी वाचली. नारायण धारपांच्या गूढकथा, बाबूराव अर्नाळकरांच्या 'धनंजय' कथा डोळ्याखालून गेल्या. चंद्रकांत काकोडकर मात्र आमच्या दृष्टीपथातून आमच्या पालकांनीच हद्दपार केलेले होते. हे असलं सेंसॉर बोर्ड डोंगरे हॉल मधेच होतं. तिथल्या पुस्तकं देणा-या लोकांना कुठलं पुस्तक मला द्यायचं नाही हे बरोब्बर माहिती होतं. तसंच आवाज मासिकही. किस्रीम (किर्लोस्कर, स्री आणि मनोहर) मासिकं वाचलेली चालत असत.

अर्थ एवढाच की अगदी लहानपणी नाही परंतु नंतरच्या काळात मला वाचनाची आवड लागली.

******

आमचे डॉक्टर

आजकाल न सापडणारी आणि आयुष्याचा एक आवश्यक भाग असलेली गोष्ट म्हणजे फॅमिली डॉक्टर. पण त्याचं महत्त्व वा आयुष्यातली त्यांची महत्त्वाची भूमिका असलं काही कळण्याच्या टप्प्यावर आम्ही कधीही नव्हतो. डॉक्टर ही व्यक्ती कधी वेगळी नव्हती तर ती कुटुंबाचाच एक हिस्सा होती. तसं तर आमच्या लहानपणीच्या काळात आमचं गावच एक कुटुंब होतं. कुणाच्याही घराची दारं दिवसा फारशी बंद नसायची. शेजारी – पाजारी कुठेही आणि केव्हाही जायची यायची पूर्ण मुभा होती. आजारी पडलं कुणी तर नर्स ठेवायची वेळ यायची नाही. जाता - येता कुणीही लक्ष ठेवेल अशी आपुलकी होती.

तसंच डॉक्टरचं. ते आमचेच होते. आजकाल कोणत्याही डॉक्टरकडे वेळ मागितल्याशिवाय जाता येत नाही. तो मोजून मापून वेळ देतो आणि मोजून मापून पैसेही घेतो. दर वेळेला भेटतानाची हीच सर्कस. तेवढाच वेळ. तसेच पैसे. आमची आई आमच्या डॉक्टरांना कधी पैसे द्यायची का, किती द्यायची या असल्या गोष्टी तर मला कधी कळल्याच नाहीत. आम्ही बरं नसलं की त्यांच्याकडे जायचो. त्यासाठी कधी वेळ नाही मागून घ्यावी लागली. अर्थात त्यासाठी लागणारा फोन तेव्हा फारसा कुणाकदे उपलब्ध नव्हताच. आम्हीच काय सगळेच तसेच यायचे. बिना अपॉइंटमेंट.

आमचे डॉ. धुंडीराज रानडे (यांना लोक दादा वा बाबूराव असंही म्हणत.) यांचा एकदम राजेशाही दवाखाना होता. मिर्ची गल्लीच्या एका टोकाला असलेली संपूर्ण इमारत त्यांचीच होती. त्यांचे आजोबा वैद्य होते आणि वडील डॉक्टर. या इमारतीच्या खालच्या मजल्यावरच्या चार खोल्या लोकसेवेला वाहिलेल्या होत्या. एका खोलीत त्यांच्याकडे आलेले पेशंट, दुसरीत डॉक्टर बसत, तिसरी पेशंटला तपासण्यासाठी आणि चौथ्यात त्यांच्या कंपौंडरचं

(विष्णुचं) राज्य असायचं. रोज सकाळी त्यांचा दवाखाना लोकांसाठी उघडा असे. संध्याकाळी असायचा का ते मला आता आठवत नाही. एवढं नक्की आठवतंय की डॉक्टर पेशंटसाठी कधिही उपलब्ध असायचे. अगदी रात्री अपरात्री सुध्दा. त्यांना बोलवायला गेलं तर ते रात्रीच्या कोणत्याही प्रहरी कंटाळा न करता बाहेर पडत. खरं तर त्यांच्या घरीही बरीच माणसं होती. त्यांना सात मुलं होती असं आठवतंय. दोन पुत्र आणि पाच कन्या. पण म्हणून कधी घरी कुणी आजारी आहे असं सांगून त्यांनी दवाखाना बंद ठेवला नाही वा कुणाच्या घरी व्हिजीटला आले नाहीत असंही झालं नाही.

माझी आई अनेकदा पेशंट असायची. तिची तब्येत कायम नाजूक. लग्न झाल्यापासून वा लग्न करून अलिबागला आल्यानंतर काही महिन्यातच तिला पोटाचा त्रास सुरू झाला. अन्न पचनाचे तिचे अवयव फार नाजूक होते. त्यामुळे मग इतरही काही आजार तिच्या मागे लागले. तिला अनेकदा डॉक्टरांकडे जावं लागे. आमचे डॉक्टर अत्यंत काळजीने सगळ्याच पेशंटचा उपचार करत. डॉक्टरांकडे ती नेहमी एकटीच जात असे. पण तिचा वा इतरांचा सुध्दा त्यांच्यावर केवढा विश्वास होता, हे आता यापेक्षा वेगळं कशाला सांगायला हवं. आम्ही मुलं सुध्दा साध्या दुखण्यांना एकटेच जात होतो त्यांच्याकडे. एकदा रात्री आई खूप आजारी पडली. मग काय डॉक्टरना बोलावलं. मला जाग आली तेव्हा त्यांना बोलावलेलं होतं. ते आल्यावर माझी काळजी एकदम कमी झाली. त्यांनी इंजेक्शन व औषध दिल्यावर तिला जरा बरं वाटलं. झोप लागली. पण डॉक्टर लगेच गेले नाहीत. आम्ही सगळेच बसून होतो. घरातल्या एका जबाबदार व्यक्तीसारखे तेही बसले होते. ते नक्की किती वेळाने घरी गेले ते आता आठवत नाही. आम्हाला आधाराची गरज होती आणि त्यांनी तो न बोलता दिला, हे किती बोलकं होतं !

खरं तर किती वेगवेगळ्या वयाची माणसं होती अनेक कुटुंबांमधे. आमच्याचकडे आमची पणजी, आजोबा, आई-वडील, आत्या – काका, आम्ही मुलं अशी किती भिन्न वयाची माणसं होतो ! काहींच्या घरात अगदी

लहान मुलं देखील असायची आणि बहुधा डॉक्टर त्यांचीही काळजी घेत. ते काळजी घेत म्हणजे काय तर काळजीने लोकंच त्यांना भेटत, मुलांसाठी. आमच्याचकडे मला टॉयफ़ॉईड झाला, आम्हा मुलांना ताप, गोवर, कांजिण्या अशा प्रकारची आजारपणं आमची झाली, तरी आमचे डॉक्टर तेच. आमची पणजी अगदी शेवटी सुध्दा एका गोष्टीवर ठाम होती की 'मी हास्पिटलात जाणार नाही.' तर आमचे डॉक्टरच तिचे तारणहार होते. ते देतील ती औषधं आणि ते सांगतील ते करायचं. अलिबागेतील बरीच कुटुंब त्यांच्यावर अवलंबून होती. डॉक्टरांचं औषधातील ज्ञान नेहमी अपटुडेट असायचं कारण त्यांना त्या विषयावरील नवनवीन पुस्तकं वाचायला आवडत असत. सगळ्या नवीन शोधांबद्दलही माहिती असायची.

मुंबईच्या तीन डॉक्टरांवर ते मदतीसाठी अवलंबून होते. प्रसूतीतज्ञ डॉक्टर पुरंदरे, शल्यविशारद डॉक्टर शिरोडकर आणि डॉक्टर नेने. माझ्या आईलाही त्यांनी एकदा डॉ. नेनेंकडे पाठवल्याचं स्मरतं. एका डॉक्टरने दुस-या डॉक्टरांचह मत घ्यावं हे किती कौतुकास्पद होतं ! हे देखील मुंबईत प्रॅक्टीस करते तर किती कमावले असते. पण ते अलिबागेतच राहिले आणि आनंदात व शांततेत आयुष्य घालवलं. त्यांनी शेती केली, पारिजातक, सोनचाफा, गुलाब अशी फुलझाडं लावली, लोकांच्या संपर्कात राहिले, भरपूर वाचन केलं, क्रिकेटची आवड जोपासली आणि लोकांची काळजी केली. लोकांचं केवढं प्रेम त्यांना लाभलं आणि केवढी श्रध्दा होती लोकांची. डॉक्टर गेल्यानंतरही कोळी लोक त्यांच्या घरी येत आणि त्यांच्या पत्नीला साधं लाल पाणी द्यायला सांगत. ते पिऊनही बरं वाटेल अशी त्यांची श्रध्दा होती.

त्याकाळात अलिबागला पॅथॉलॉजी लॅबची सोय नव्हती. परंतु आमच्या डॉक्टरांचं निदान अगदी अचूक असे. त्यांची नाडी परीक्षा चांगली होती. कधी कुणाला इंजेक्शन द्यायचं असेल तरी त्यांच्याकडे कायम उकळलेल्या सुया व इतर साहित्य तयार असायचं. त्यांच्या त्या शेवटच्या खोलीत सगळं तयार असे. हात हलका होता त्यांचा त्यामूळे इंजेक्शन कधी दुखलं नाही. मिरची गल्लीच्या

टोकाला जिथे त्यांचं घर होतं तिथून पुढे कोळीवाडा होता. तिथले बहुतेकसे कोळी डॉक्टरांनाच देव मानत. त्यांची कुटुंबं देखील त्यांच्या कौशल्यावरच अवलंबून होती.

पत्नीसाठी रोज वेणी आणणारा हा रसिक गृहस्थ, एक दिवस नुकताच शेतातून आला आणि खाली एका पेशंटला थांबवून वर आंघोळ करायला म्हणून आला. आंघोळ केली, जेमतेम कपडे घातले असतील नसतील आणि अक्षरश: तिथल्या तिथेच खाली कोसळला. देवाला भेटायला जाताना त्याला कुणाचीही मदत घ्यावी लागली नाही.

असं आमचं अलिबाग आणि तिथले आमचे सेवाभावी डॉक्टर रानडे !

*****

महाविद्यालयीन सोय

आमच्या गावात सगळ्यांना शिक्षण घेण्याची चांगली सोय होती. आमच्यासाठी ती पर्वणी होती. एकदा का अकरावी झालं की महाविद्यालय आम्हाला खुणवत असे. शिक्षणाची दुसरी कोणती बाजू निवडायची असली तरी इंटर पर्यंत शिक्षणाची इथे सोय होती. बाकी सगळ्या पदवीधारक होऊ इच्छिणा-यांची सोय होतीच. कला , वाणिज्य आणि विज्ञान या सगळ्या शाखांचं शिक्षण आमच्या जे. एस. एम. महाविद्यालयात उपलब्ध होतं. शाळा संपली की महाविद्यालयात जायचं हे संयुक्तिक होतं. आमच्या आधीच्या काळात 11 वी नंतर मुलींसाठी 'लग्न' हा एकच पर्याय होता. परंतु नंतर मुलींच्या नशिबाने वेगळा 'शिक्षण' हा पर्याय उपलब्ध झाला होता आणि अलिबागच्या आजूबाजूच्या गावांमाधील मुलींनाही हा फायदा होता.

शिवाय इथे महाविद्यालयाच्या आवारात वसतीगृहाची सोय होतीच. मुली प्राध्यापिका श्रीमति कुलकर्णी यांच्या आज्ञेच्या व नजरेच्या धाकात असत. तिथे राहणा-या मुलींना ते कितीही जाचक वाटलं तरी त्यांच्या पालकांना निश्चितच विश्वासार्ह वाटत असणार. माझ्या आठवणीत मुरूड, श्रीवर्धन, पनवेल, रतलाम, साई अशा अनेक गावांतून व त्या गावांच्या आजूबाजूच्या गावांतून मुली येवून इथे रहात. शिवाय दररोज एक एस टी बस पेणहून सकाळी साडेपाच (की सहा ?) वाजता सुटत असे आणि पेणपासून अलिबागपर्यंतच्या रस्त्यावरची जितकी मुलं – मुली शिक्षणासाठी उत्सुक होती त्या सर्वांना अलिबागपर्यंत आणण्याचं काम करत असे. अर्थात परतही नेत असे. अशीच एक बस रोज रेवदंड्यावरूनही सुटत असे आणि परत जात असे.

मुलींच्या वसतीगृहाजवळ एक मोठं गुलमोहोराचं झाड होतं. शिवाय वसतीगृहाच्या एका भागात घर करून राहणा-या प्रिन्सिपॉल कुलकर्णींच्या पत्नी, ज्या तिथे संख्याशास्त्र हा विषय शिकवत आणि वसतीगृहाच्या रेक्टर

म्हणूनही काम पहात त्यांना बागकामाची आवड असल्याने त्यांनी ब्रह्मकमळापासून ते सशाला खाऊ घालायच्या गवतापर्यंत अनेक झाडं लावली होती. याखेरीज नैसर्गिकपणे वाढलेली अनेक झाडं होतीच.

महाविद्यालय एकूणच खास होतं. एकतर ते समुद्रकिनारी होतं (जिथून कुलाबा किल्ला समोरच दिसे) आणि त्याची दगडी इमारत ही खासच होती. शंभर वर्ष जुनी कोर्टाची इमारत होती ती. अखंड डोलणा-या नारळाच्या झाडांमधे उभी असलेली ही एक मजली वास्तु खरच खास होती. प्रवेशाशी असलेलं पोर्च आणि तेथून वर जाणा-या दगडी पाय-या ती इमारत ब्रिटीश काळात बांधली असल्याचं सांगत. मग लहान व्हरांडा आणि तिथून आत नेणारा एक मोठ्ठा दरवाजा. आतमधे उजव्या बाजूस आणि वळत वर जाणारा रूंद लाकडी जिना. जिना पोचतो तिथे थोडी जागा आणि पुढे एक खोली, जी बहुधा जज साठी असावी. खोलीला भरपूर खिडक्या आणि खेळती हवा. आमच्यावेळी तिथे स्टाफ रूम होती. वर जायचं तर किती घाबरत होतो आम्ही. (मी प्रोफेसर झाल्यावर कळलं की आता मुलं घाबरत तर नाहीत. केव्हाही आणि कशीही स्टाफ रूम मधे घुसतात. आता त्यांना बाहेर काढावं लागतं.) खाली 'ए' हॉल होता. केसेसची सुनावणी तिथे होत असणार. किती कायकाय पाहिलं असेल त्या वास्तूने ! आणि आता तारूण्याची फुलपाखरं ऊडताना बघतेय. पण एवढीशी इमारत किती दिवस पुरणार होती ? आजूबाजूला नव्या वर्गखोल्या बांधणं क्रमप्राप्त होतं.

मी ज्या वर्षी महाविद्यालयात प्रवेश घेतला त्यावर्षी प्रथमच हजार विद्यार्थी झाल्याने एक दिवस सुटी दिली होती. सगळं इतकं सोपं होतं ना ! अकरावी झालं की जायचं आणि ॲडमिशन घ्यायची. मिळेल नाही मिळणार असा प्रश्न नव्हता. पाहिजे तो विषय मिळेल वा नाही असाही प्रश्न नव्हता. आमच्या पालकांना आम्ही कोणते विषय घेतले आहेत ते माहितही नसायचं. कोणता विषय घेवून पदवी घ्यायची हे आमचं आम्हीच ठरवत होतो. आवडीप्रमाणे ठरवत होतो. आज काय शिकलं की उद्या जास्त पैसे मिळवता येतील हा

विचार नव्हता. काय विषय घेऊ या असा विचार मी करत होते तेव्हा खरं तर मराठी मला आवडत होतं, मराठी साहित्यात मला रस होता, पण मराठी काय शिकायचं ते तर येतं आपल्याला, असं वाटलं. गणित हा विषय माझ्यासाठी नव्हताच. राहिलं अर्थशास्त्र. माझ्या वर्गातल्या ब-याचशा मुलींनी तेच घेतलं होतं. मग मीही तेच शिकायचं ठरवलं.

माझी सर्वात हृद्य आठवण आम्ही विद्यार्थ्यांनी श्रमदानाने स्टेज बनवलं त्याची आहे. ते बनवायचं असं ठरल्यावर, प्रथम जागा ठरवली. मग तिथे चारही बाजूने चौकोनी बांधकाम केलं गेलं. त्यानंतर आम्हा विद्यार्थांचं काम सुरू झालं. मैदानाच्या बाजूने पावसाचं पाणी जायला व भरतीचं पाणी आत यायला ओढ्यासारखी जागा होती. तिथून बांधलेल्या चौकोनापर्यंत वाळू आणण्यासाठी आम्ही एक मानवी साखळी तयार केली आणि किती ते आठवत नाही परंतु बरेच दिवस घालवून आम्ही तो बांधलेला चौकोन वाळूने पूर्णपणे भरून टाकला. त्यानंतरच्या गॅदरींग मधील सगळे कार्यक्रम त्या स्टेजवर झाले. आता ते स्टेज तिथे आहे की नाही त्याचा अंदाज नाही.

मी त्या स्टेजवर एकदा नाचली आहे. कौतुकाने यासाठी आठवायचं आणि सांगायचं की मी पहिल्यांदा शाळेत असताना स्टेजवर काम केलं आहे आणि त्यानंतर एकदा महाविद्यालयात. या मधे कधिही नाही. शाळेत मी पाचवीत असताना एका छोटेखानी बालनाट्यात भाग घेतला होता. दिवाळीच्या मिठायांबद्दल काहीतरी होतं आणि मला माझ्या आकाराला साजेशी लाडूची भूमिका दिली होती आणि नाटकात मी त्या सभेची अध्यक्ष झाले होते. गंमत म्हणजे माझी मैत्रिण शैला लेलेचे वडील मला भेटल्यावर नेहमी ‘अध्यक्ष’ असंच हाक मारत. परंतु ते असं का हाक मारत ते मला अलिकडे कळलंय. त्यांना म्हणे नांवं आठवत नसत, असं शैला मला अलिकडे म्हणाली. पण हे ‘अध्यक्ष’ हे नाव कसं आठवे देवच जाणे. महाविद्यालयाच्या शेवटच्या वर्षात असताना आम्ही वर्गमैत्रिणींनी गर्बा केला होता स्टेजवर.

इथे आम्हाला शिकवणारे बरेचसे शिक्षक पुरूष होते. त्याकाळात बहुधा बायका फक्त शाळेत शिकवत असाव्यात. इंटरला आम्हाला 'लॉजिक' शिकवणारे शिक्षक पुण्याहून येत. ते रविवारी येत. मी नाव विसरले पण ते आमच्यासाठीही भजी – वडे विकत घेत आणि अनेकदा गवतावर बसून वा झाडाखाली बसून शिकवत. दोन कुलकर्णी सर होते, एक अगदी गडद रंगाचे व दुसरे बुटके – जाडे आणि वर्गात येण्याआधी सिगरेट ओढणारे. गोष्टीवेल्हाळ काणे सर, उंच – बारीक जोग सर, कुणीतरी एक हिरवे सर होते एकदा, खरवडकर सर, हिंदी शिकवणारे शर्मा (की तिवारी ?) सर, एक इंग्रजी शिकवणारे लेखक पेडणेकर सर .... आठवणींचं मोहोळ आहे.

अनेक स्पर्धांचं आयोजन करणारं माझं महाविद्यालय आता काय करतं ते माहित नाही. विद्यार्थ्यांच्या कलागुणांना तिथे नेहमीच प्रोत्साहन मिळत असे. माझ्या शाळेतल्या अनेक मैत्रिणींची या ठिकाणी फारकत झाली. कारण एक तर त्यांनी 'विज्ञान' घेतलं आणि मग त्या मुंबई – पुण्याला पुढील शिक्षणासाठी गेल्या. या माहोलमधून बाहेर पडून शिकायला मुंबईला गेल्यावर मला मात्र शिक्षण कठीण गेलं.

******

गणपती आणि गुरूजी

'आमच्याकडे गणपती आलाय' असं म्हणेपर्यंत त्याची जायची वेळ होते, अशा कुटुंबात मी जन्माला आले. आमच्याकडे गणपती येतो म्हणजेच घरात चैतन्य येतं, उत्साह येतो, आनंद येतो, पवित्रता येते. मनं पवित्र होतात अणि वागण्यात पवित्रता येते. आमचा गणपती दीड दिवसात परत जातो. त्याची पूजा आणि खायचे -- प्यायचे काय करायचे असतील ते लाड त्या दीड दिवसातच. त्यानंतर तो परतण्यासाठी वर्षभर वाट पहावी लागते.

आणखी एक गंमत आहे -- ती आहे गणपतीला अरे-तुरे करण्याची. लहानपणापासूनच आम्ही कधीही गणपतीला तसंच संबोधत आलो आहोत. इतर कोणत्याही माणसाला अहो – जाहो करणारे आपण गणपतीला मात्र तसं संबोधत नाही. काय कारण असावं, असा विचार मात्र आता मनात येतो. गणपती हा आपला सखा आहे. आपलं मन जाणणारा आहे. दु:ख, संकट दूर करणारा आहे. धीर देणारा, बळ देणारा आहे. आणि शिवाय तो परका नाही. मग त्याला अहो म्हणून परका कशाला करायचं? हल्लीसारखी 'बाप्पा' म्हणायची पध्दत बोकाळली नव्हती तेव्हाची गोष्ट आहे ही. फार तर 'गणपतीबाप्पा मोरया' असं म्हणायचो तेवढंच. गणपती घरी येणार त्याची खरी तयारी आधी पासूनच चालू होते. दुर्वा काढून आणणे, त्याच्या 21 च्या अकरा आणि 101 दुर्वांची एक जुडी, हे आदल्याच दिवशी तयार ठेवावं लागे. शिवाय मोदकांची तयारी केली जायची. आतासारखं तयार पीठ मिळत नसे. तांदूळ धुवून ते वाळवून मग ते गिरणीत दळून आणावे लागत. अडसर नारळांची व्यवस्था करावी लागे. चतुर्थीला आमच्या घरातल्या सगळ्या बायका मोदक बनवण्यात हातभार लावत. प्रत्येकीच्या हातचा मोदक वेगळा दिसायचा. चव मात्र सगळ्या मोदकांची सारखीच. अगदी तसंच जसं गणपतीला हाक काहीही मारा वा किती दिवस ठेवा, भक्तिभाव तोच आणि तसाच.

गणपती दीड दिवसाचा पण त्या दीड दिवसातही बरीच धावपळ होत असे. गुरूजींची वेळ संभाळावी लागे. ते पूजा सांगायला येत. अगदी सांगितलेल्या वेळेवर. आमचे कृष्णंभटजी गुरूजी अत्यंत राजबिंडे दिसत. त्यांचा पूजेत बोललेला शब्द आणि शब्द कळत असे आणि तो ऐकावासा वाटे. शिवाय संध्याकाळी अनेक गुरूजी एकत्र मंत्रपुष्प म्हणण्यासाठी येत. या सगळ्या प्रकारच्या पूजाअर्चा दिवसभर चालू असल्याने घरात अत्यंत पवित्र वातावरण तयार होत असे. शिवाय मोदकांमुळे त्याला एक प्रकारचा गोडवाही येत असे. दर्शनासाठी येणारे भाविक त्याच दिवशी संध्याकाळी येत आणि दुस-या दिवशी ऋषीपंचमी, त्याची गडबड. संध्याकाळी गणपती जाणार त्याची लगबग. दोन दिवस कसे जायचे ते कळायचं नाही. गणपती गेला की त्यानंतर काही दिवस घर अगदी रिकामं रिकामं भासायचं. नंतर आम्ही मुलं त्यापेक्षा जास्त दिवस राहणा-या गणपतींचं दर्शन घ्यायला जायचो. काही तीन दिवसांचे, काही पाच दिवसांचे, काही सात दिवसांचे, काही दहा तर काही अकरा दिवसांचे आणि काही अगदी एकवीस दिवसांचे ! जुन्या पोस्टाजवळचे पाष्टे यांच्याकडे चक्क एकवीस दिवसांचा गणपती असायचा. हे सगळं गणित समजायला ना बहुधा इथेच जन्माला यावं लागतं. अर्थात त्यात कळायचं काहीच नसतं, फक्त समजायचं असतं. महाराष्ट्राबाहेरून आलेल्यांसाठी हे एक न उलगडणारं कोडं असतं. आणि ब-याचदा आपल्याकडे काही प्रश्नांची उत्तरं नसतात. कारण आपण त्या गोष्टी गृहीत धरून चालत असतो, जन्मल्यापासूनच !

आमच्या गणपतीचं विसर्जन करायला आम्ही मुलं अगदी क्वचितच गेलोय. आमच्या खूप लहानपणी आजोबा जात विसर्जनासाठी. त्यावेळी कधीतरी गेलोय. समुद्रकिनारी पोचलो की प्रथम मूर्तीची पूजा व्हायची. आरती व्हायची. नंतर ती मूर्ती विसर्जनासाठी समुद्राकडे जायची. सगळ्या विसर्जनासाठी आणलेल्या गणपतींचं हेच असायचं. आरती अगदी उत्साहाने केली जायची. समुद्रावर आलेली अन्य मंडळीही त्यात सामिल व्हायची, विशेषत: मुलं. (त्याकाळी मुलींना असंच सोडत नसत. ती नेहमी कुणातरी मोठ्या माणसाबरोबर असत.) या जमणा-या मुलांसाठी तिथे एक खास

आकर्षण होतं – या आरतीनंतर वाटला जाणारा प्रसाद! वेगवेगळ्या प्रकारचे प्रसाद समुद्राच्या साक्षीने वाटले जायचे तिथे. आमच्या घरचा प्रसाद अगदी साधा असायचा. नारळ किंवा सुखं खोबरं आणि साखर. फार छान लागायचा तो. कदाचित समुद्रावरची खारी हवा त्यात मिसळल्याने असेल पण त्यावेळी जसा तो प्रसाद लागे तसा नंतर नाही लागायचा. काहीजण कापलेली काकडी वाटत. तो काकड्यांचा हंगाम असतो, म्हणून ती ताजी बाहेरून हिरवीगार असलेली काकडी ! तीही छान लागे. कुणी टरबूज वाटे तर कुणी पपनस. काहीजण गणपतीसमोर ठेवलेली फळं कापून एकत्र करून वाटत. कधी तर त्यात थोडी साखर घातलेली मस्त चवीची असे. कोळी लोक चमचा घेवून वाटत नसत तर मोठ्ठा डबा घेवून भरल्या हाताने वाटत. आमच्यासारखे लोक चमचा वापरत असत खिरापत वाटायला. खिरापतीचा डबा सुध्दा फार मोठा नसे. पण ती गंमतच होती. जेव्हा एका आरतीनंतर प्रसाद खाऊन मुलं धावत दुस-या संपत आलेल्या आरतीपाशी पोचत. कारण होतं वाटली जाणारी खिरापत. अशी खिरापत फक्त गणपतीतच खायला मिळत असे. कितीतरी मुलं त्यावरच भूक भागवत असतील तेव्हा.

आमच्या मोठेपणी माझे वडील उशीरा संध्याकाळी त्यांचं दुकान बंद करून येणार, त्यानंतर उत्तरपूजा आणि त्यानंतर विसर्जन. तोपर्यंत खूप उशीर झालेला असे. समुद्राला देखील ओहोटी लागलेली असे. दीड दिवसांच्या सगळ्या गणपती मूर्तींचं झालेलं असे. इतक्या दूर गेलेल्या पाण्यात विसर्जन करायचं तर आम्ही मुलं कुठे जाणार होतो तिकडे? आता खिरापत असते की नाही काय जाणे. ती वाटतात का आणि ती खायला अशी मुलं जमतात का? हल्ली आमच्या घरातली खिरापत बदलली. आता ती खारीक, काजू, बदाम, अक्रोड यांचे तुकडे आणि खडीसाखर व बेदाणे अशी एकत्र केलेली असते.

पूर्वी शाडूच्या मातीच्या मूर्ती असायच्या सगळ्यांच्या घरात. गावही लहान होतं. परंपरेने आलं होतं त्याच कुटुंबात गणपती आणला जात असे. त्यामुळे विसर्जन केलेल्या मूर्तींपैकी एकही मूर्ती वा तिचे अवयव आता फोटो येतात तसे

कधी किना-यावर आले नाहीत. आता गाव वाढलं, मोठं झालं. मूर्तींची संख्या वाढली. उगाचच हौसेने गणपतीची मूर्ती घरी आणणारे निर्माण झाले. मग एवढी वाढलेली मागणी वेळेत पूर्ण करण्यासाठी प्लॅस्टर ऑफ पॅरीस हा पांढरा राक्षस गणपतीच्या मूर्ती बनवू लागला आणि मग हां हां म्हणता त्याने समुद्रकिनारे व्यापले, पर्यावरणास इजा पोचवली आणि लोकांच्या मनातल्या भक्ती भावनेला दुखापत झाली.

आता गुरूजींकडे देखील फार वेळ नसतो. त्यामुळे अनेक ठिकाणी पूजा कॅसेटवर पूजा ऐकून वा ऑन – लाइन वा अशीच नुसती भक्तीभावाने केली जात असते, असा माझा अंदाज आहे. दिवसभर गुरूजी पूजा सांगत फिरत असतात. संध्याकाळी मंत्रपुष्प असू शकतं हे अनेक घरं विसरली आहेत. पूर्वी गुरूजी या व्यक्तीला कुटुंबात सन्मानाची जागा असे, आता ती देखील हरवली आहे.

******

गणपती दर्शन आणि विसर्जन

गणपतीचा सण आपल्याला मानवी आयुष्याचं तत्वज्ञान शिकवतं. आपण किती उत्साहाने आणि पूर्व तयारीने गणपतीची मूर्ती आणतो. तिची पूजाअर्चा करतो, खाऊ-पिऊ घालतो, वस्त्र देवू करतो, वातावरण फुलांनी सुवासिक बनवतो आणि जीवाभावाच्या झालेल्या त्या मूर्तीला कवळसतो. तिला 'पुढच्या वर्षी लवकर या' असं सांगतो आणि तिच्या विरहाला सामोरे जातो.

आमच्या अलिबागमधे अनेक घरांमधे गणपतीची मूर्ती आणून तिची पूजा केली जायची. आराध्य दैवतच होतं ते इथल्या लोकांचं. 'गणपती' असं नुसतं म्हटलं तरी मनं हळवी होतात लोकांची. याच कारण हे दैवत कडक देखील आहे. कोणत्याही बाबतीत हलगर्जीपणा केलेला या देवाला आवडत नाही. तसं चुकूनही झालंच तर लोकं घाबरून जातात. संकटविमोचक गणपतीची दृष्टी वक्र झालेली कुणालाच आवडत नाही. असं घाबरलेलं एक जोडपं मी खूप वर्षांपूर्वी पाहिलं आहे.

ते दोघे आमच्या दुकानात आले होते. मी काही फार मोठी नव्हते, पण मला समोर होत असलेल्या गोष्टी चांगल्या कळत होत्या. त्या दोघांचे चेहरे काळजीने अगदी भरलेले होते. त्यांच्या गुरूजींनी त्यांना सांगितल्याप्रमाणे काही कापड खरेदीसाठी ते आमच्या दुकानात आले होते आणि साहजिकच माझ्या वडिलांशी बोलत होते. झालं असं होतं की देवाची मूर्ती, बहुतेक विसर्जनाच्या वेळी, चुकून खाली पडल्याने तिला क्षती पोचली होती. या अक्षम्य अपराधाची शिक्षा काय असेल, याचा विचार करूनच ते मनाने प्रचंड थकले होते. अगदी गलितगात्र झाले होते. तरीही गुरूजींच्या आदेशाप्रमाणे काहीही करून, कोणतं त्याची अजिबात कल्पना नसलेलं आणि येऊ घातलेलं संकट, दूर करण्याच्या प्रयत्नात होते. पुढे काय झालं ते मला ज्ञात नाही. परंतु त्यानंतर परत कधी मी असा प्रसंग पाहिलेला नाही.

आमच्याकडे आलेल्या गणपतीचं विसर्जन झालं की आमच्या स्वा-या इतर मूर्तींच्या दर्शनाला निघत. माझ्या ब-याचशा मैत्रिणींचे गणपती आमच्यासारखेच दीड दिवसांनी कवळसले जात. त्यामुळे आता दर्शनाबरोबर आकर्षण असायचं ते तिथल्या एकूण केलेल्या आराशीचं. कोळी समाजाचं आराध्य दैवत गणपतीचं आगमन असायचं तेव्हा, जेव्हा त्यांना समींदरात नाव घालायची घाई नसायची. एकदा गणपती आले की 5 ते 10 दिवस त्यांच्याकडे मुक्कामाला असतात. त्या दिवसात त्यांचा एकदम उपवास असतो. काहीही मांसाहारी खायचं नाही. त्यातून त्यांची जरा सुटका करण्यासाठी देवींचं आगमन होतं. देवीला म्हणे मांसाहारी जेवणाचा नैवेद्य लागतो. त्यांच्या ब-याचशा घरात हे असंच चालतं.

ओळखीच्या लोकांकडे गणपती दर्शन करून झालं की आमचा मोर्चा कोळीवाड्याकडे वळे. पूर्वी आता इतकं व आतासारखं 'डेकोरेशन' नसे. असायची ती घरच्याच लोकांनी केलेली आरास. त्यामुळे ती नेत्रदीपक नसायची तर मनमोहक असायची. असलेल्या साहित्यातूनच बनवलेली काहीतरी विशेष आरास, एवढंच स्वरूप असायचं त्याचं. पण त्यामूळे गणपती घरातील लोकांना एकत्र आणत असे. मग गणपतीच्या मूर्तींबरोबरच ती आरास करणा-यांचंही कौतुक होत असे.

कोळीवाड्यातील आरास अगदी खास असायची. देवाच्या मूर्तीला खूप फुलं वाहिलेली असत, इतकी की त्या दिवसात त्या घरांत ताज्या फुलांचा घमघमाट सुटलेला असायचा. कोळणी नटलेल्या असायच्या. कुणी ना कुणी रात्रभर जागरण करत असायचं. आमच्या घरी देखील गणपती घरात असताना एक रात्र जागरण असायचं. आम्ही एका घरातून दुस-या घरात असं खूप घरं फिरायचो आणि कधी तर किती गणपतीच्या मूर्तींचं दर्शन केलं ते मोजायचो देखील. साधारणपणे कोळयांच्या घरातली एक संपूर्ण खोली आरास करून भरलेली असायची. कित्तीतरी प्रकारचे देखावे तयार केलेले असत. अनेक माहिती असलेल्या पौराणिक कथांची; भक्त प्रल्हाद, चिलया बाळ, सीताहरण,

जटायूवर हल्ला या आणि अशा अनेक चलत दृश्यांमुळे उजळणी होत असे. आम्ही सुध्दा वेगवेगळया घरात तीच तीच दृश्य सुध्दा दरवर्षी परत परत तितक्याच कौतुकाने बघत होतो. किती साधे विचार व राहणी होती ती !

गणपतीवर कितीही श्रध्दा असली तरी एक दिवस उगवायचा जेव्हा त्या मूर्तीचं विसर्जन करण्याची वेळ यायची. जड मनाने तेही केलं जायचं. अनेक मूर्ती पाहिलेल्या नसत वा त्यांचं दर्शन केलेलं नसे. शिवाय त्या लहान गावात मनोरंजन होण्यासाठी काहीतरी शोधावं लागेच. तर गावातली मंडळी पाचच्या सुमारास विसर्जनाच्या गणपतींचं दर्शन करण्यासाठी समुद्राच्या जरा अलिकडे जाऊन बसायची.

डोंगरे हॉल च्या पुढे समुद्राकडे जाणा-या रस्त्यावर थोडं पुढे सिव्हील हॉस्पीटल नंतर रस्ता दोन दिशांना जात असे. एक अगदी समोर मॅटर्निटी हॉस्पीटलच्या दिशेने आणि दुसरा ऑफिसर्स क्लबच्या दिशेने. बरीच प्रेक्षक मंडळी त्या दोन रस्त्याच्या मधे बसत, म्हणजे विसर्जनाचा गणपती कोणत्याही रस्त्याने गेला तरी दर्शन होई. त्याच ठिकाणी एक लहानशी टेकडी होती. टेकडीवर एक भेंडीच्या फुलांचं झाड आणि एक विहीर होती. मोठ्या पिवळ्या फुलांच्या त्या झाडाच्या हिरव्यागार पानांचा उपयोग कुल्फी विकणारे कुल्फी देण्यासाठी करत. आम्ही सगळे तिथे खाली जमिनीवरच बसत होतो. पावसाच्या कृपेने रस्त्याच्या बाजूची जागा, मागची टेकडी आणि टेकडीच्या पलिकडचं मैदान हिरवळीने भरलेलं असायचं.

सगळे खाली बसत आणि गणपती आला की जवळपास सगळेच ऊठून उभे रहात. मग सगळे परत खाली बसत आणि परत उठून उभे रहात. अशी ही सर्कस तीन तास तरी चालायची. सगळे तसेच उपाशी बसून विसर्जनाची मजा घेत असत. तिथे कुणी काही विकायला फारसं असल्याचं आठवत नाहीये. घरी जाऊन जेवायचं हीच पध्दत होती. लहान गणपती हातातून तर मोठे गणपती डोलीतून आणले जात. पाच दिवसाचे, सात दिवसाचे आणि दहा दिवसाचे गणपतींचं विसर्जन हे घटनायुक्त दिवस असायचे. तसे तर आधीच्या

काही दिवसात काही ना काही 'गणपतीच्या कार्यक्रमां' मुळे आमचे दिवस मनोरंजन पूर्ण असायचे. त्यात सिनेमांचा भाग मोठा होता. मी त्याबद्दल आधी उल्लेख केला आहेच. विसर्जनानंतर ते मनोरंजनही संपायचं.

विसर्जनात सर्वात जास्त आकर्षक भाग मानला जायचा तो पोलीस लाईनीच्या गणपतीच्या विसर्जनाचा. दोन महत्वाचे गणपती दहाव्या दिवशी विसर्जित होत. एक बाजारातील गणपती आणि दुसरा पोलीस लाईनीचा. पोलीसांच्या गणपतीबरोबर पोलीस बॅन्ड असायचा. तो तर आम्हाला खूपच खास वाटे. तो गणपती गेला की बहुतेक सगळे घरी जात. जसं इथे मुंबईत होतं. राजकपूरचा गणपती गेला की सगळे घरी जात. बाजाराचा गणपती रात्री उशीरा निघे. तो आम्ही घरातूनच बघत असू. या गणपतीला घरी सोडायला खूप मंडळी असायची. बाजारपेठेतली सगळी व्यापारी मंडळी या मिरवणुकीत असत.

त्याकाळी विसर्जन करताना कुणी वेडवाकडं नाचत नसे. सगळं शांतपणे व डौलदारपणे केलं जायचं. आता काय होतं ते कधीतरी पाहिलं पाहिजे.

******

सामाजिक विचारांचा अन्याय

काहीकाही गोष्टी लहानपणी घडून जातात आणि त्यानंतर त्याबद्दल आपल्याला पश्चात्ताप होत रहातो; वाईट वाटत रहातं; पण इतका उशीर झालेला असतो तोपर्यंत की काहीच करता येत नाही त्याबद्दल ! मी रहात होते त्या अलिबाग गावात माझ्या लहानपणी चालू असलेली एक वाईट पध्दत होती आणि त्या पध्दतीमुळे सामाजिक अन्याय होत होता असं मला वाटतं.

जसे अनेक खेड्यांमधे त्यावेळी असतील (किंवा कदाचित अगदी आजही) तसेच संडास होते. अगदी साध्या शब्दात टोपलीचे संडास. कदाचित आताच्या पिढीला तो प्रकार माहितही नसेल. परंतु मी तो बरेच वर्ष पाहिलाय. अनुभवलाय. अगदी खूप कौतुकाने सांगावं असं त्यात काहीच नव्हतं, तरीही समाज कसा होता, त्यातला एक भाग, उदाहरण म्हणून, आपण मागे वळून पाहू शकतो. आरोग्य दृष्ट्या हा काही अती स्वच्छ असा पर्याय नव्हता. कारण मैला उघड्यावरच पडलेला असे. माझ्या मामाकडे श्रीवर्धनलाही असंच होतं पण त्यातही फरक होता. मामाची मोठी वाडी होती आणि वाडीच्या टोकाला संडास होता. शिवाय मैला एका खड्यात जमा होत असे आणि नंतर तो खड्डा बुजवून टाकला जात असे. काही वर्षांनंतर त्याचं खत होत असे, ते मग झाडांसाठी वापरलं जायचं. ज्यांच्याकडे वाड्या होत्या त्यांच्याकडे हीच पध्दत वापरली जात असावी.

परंतु आमच्यासारख्या घरांमधे, जिथे वाडी नाही तिथे काय होणार? आणि अशी खूप घरं होती अलिबागेत. सकाळी उठून या कामासाठी पूर्वी लोक समुद्रकिनारी जात असावेत, जेव्हा गाव अगदीच लहान होतं. पण गाव मोठं झाल्यावर आणि त्यामुळे गावातील घरं समुद्रापासून दूर गेल्यावर, दरवेळी समुद्राकडे धाव घेणं शक्य होत नसणार. मग ही व्यवस्था निर्माण झाली असावी. तरीही हे सगळं साफ कोण करणार हा प्रश्न उरतोच. मग समाजात भंगी

ही जात निर्माण झाली असणार. पण ही लोकं तर या घाणीत काम करतात, तर त्यांना गावाबाहेर ठेवण्याची गरज निर्माण झाली असणार. हा सगळा माझा तर्क आहे.

त्या काळी ही सगळी लोकं बाजाराच्या दगडी इमारतीच्या सरळ पुढे जाऊन समुद्राच्या बाजूला रहात होती. त्या जागेला नांव होतं, 'भंगीवाडा'. ही सगळी लोकं तिथेच रहात. गावातल्या प्रत्येक घराच्या बाजूने यांच्या जाण्या-येण्यासाठी एक लहान वेगळी वाट बनवलेली असे. किती वाईट परीस्थिती होती. रोज सकाळी ही लोकं रस्त्यावरून चालत जात आणि डोक्यावर मैला असलेली बादली असे. चेहरा निर्विकार. एका हाताने डोक्यावरची बादली धरलेली आणि दुस-या हातात सफाईसाठी हिरांचा झाडू. ही व्यक्ती काय आनंदाने हे काम करू लागली असेल ? पहिल्या वेळेस तिला किती घाण वाटली असेल आणि तरीही ती हे काम करत राहिली? मनातल्या मनात किती यातना भोगत असणार ही व्यक्ती ? यात बायका व पुरूष दोघेही असत.

वाईट याचं वाटतय की मला त्यावेळी त्यांच्याबद्दल कसं काहीच वाटलं नाही ? चांगलं किंवा वाईट दोन्ही ! मी त्यांना त्या समाजाचा एक हिस्सा मानलं आणि तसंच समजत राहिले. त्यांच्या बद्दल काही खास अशा भावना नव्हत्या. माझ्या आजूबाजूचे सगळेच जण तेच करत होते की. एका समाजाचा एक वर्षानुवर्षे चालत असलेला भाग एवढंच. त्यांना शिक्षणापासूनही वंचित ठेवलेलं होतं.

एकदा आमच्या शाळेत नवीन गणवेश करायचं ठरलं. त्या काळात एका विशिष्ट वयानंतर आम्हाला शाळेत साडी नेसावी लागे. मी दहावीत असताना साडी नेसत होते. (अकरावी हे एस एस सी होतं.) पांढ-या साडीला राखाडी रंगाचे काठ आणि मधे लहान राखाडी गोलांचं डिझाईन आणि त्या गोलात एक काळा ठिपका अशी काहीशी होती ती साडी. अनेक वर्ष दिसणा-या गणवेशाच्या निळ्या व पांढ-या रंगातून बाहेर पडलो होतो आम्ही आणि नव्या

रंगांसाठी खुष होतो. नवी साडी मिरवायला लागलो होतो. साडी नेसण्याच्या स्टाईलसाठी हिंदी सिनेमाच्या नायिकांना गिरवू लागलो होतो.

रोज सकाळी 11 वाजता शाळा असायची. आतासारखे दोन शिफ्ट असण्याचे दिवस नव्हते. मी आरामात सकाळी 10.30 नंतर घराबाहेर पडत असे. कदाचित सगळ्याच मुली तशाच घराबाहेर पडत. एक दिवस मोठी गडबड झाली. कुणीतरी तक्रार केली की ‘शाळेतल्या मुलींचा गणवेश आणि भंगी बायकांच्या साड्या सारख्याच आहेत. मुली चांगल्या कुटुंबांमधून येतात आणि हे त्यांच्यासाठी फार कमीपणाचं आहे.’

आपण हे लक्षात घेऊ की त्या त्या वेळचा समाज त्यावेळच्या समजांप्रमाणे विचार करतो. त्याचं वागणं त्या काळाप्रमाणे व त्यावेळेच्या चालिरीतींप्रमाणे ठरतं. चुकून असं घडतं की एखादा समाज सुधारक काही प्रवर्तक विचार मांडतो. परंतु ते दिवस तसे नव्हते. समाज तेवढा नशीबवान नव्हता. त्यामुळे गोंधळ झाला आणि आमचे गणवेश बदलले. मला त्याने काही फारसा फरक पडला नाही. मी वेगळा गणवेश घालायला सुरूवात केली.

आता हे सगळं आठवलं की वेगळे विचार मनात येतात. मी काही अगदीच लहान नव्हते तेव्हा. आम्ही त्यांच्यासारखे कपडे घालत होतो. त्यांचे नाही. त्यांना शिक्षण न देवून, वाळीत टाकल्यासारखं राहायला लावून आधीच त्यांच्यावर अन्याय होत होता. तो त्यांना नसेल वाटत परंतु आम्हालाही कळला नाही ? मला, पंधरा – सोळा वर्षाच्या मुलीला एवढंही कळत नव्हतं ? आता वाईट वाटतं. पण आता काय उपयोग? इतकं वाईट काम करायला लावताना इतर कोणत्याही प्रकारे माणूस म्हणून त्यांचा विचार करणारं कुणीच कसं नव्हतं. त्यांचंही नशीब वाईट, म्हणून कदाचित. आता तर असंही वाटतंय की आमच्या विद्यार्थिनींच्या आणि त्यांच्या साड्या सारख्याच असतील तर आमच्यासाठी ती केवढी मोठी गोष्ट होती ! म्हणजेच आम्ही त्यांना बरोबरीने वागवत होतो आणि आम्हा समाजाच्या दोन्ही भागांसाठी ती किती चांगली परिस्थिती होती !

अलिकडे, पूर्वी जिथे भंगी वाडा होता तिथे एक मोठी सोसायटी बांधली गेली आहे. परंतु तिथे राहणारी मूळ लोकं कुठे गेली ते पाहायला हवं आणि या नवीन सोसायटीचा पत्ता काय लिहीला जातो आहे तेही शोधायला हवं.

******

माळा

आमच्या अलिबागच्या घराला एक माळा होता. घरात कुठेही कवडसा दिसला नाही तरी तो माळ्यावर नक्की असेच. घराच्या काही भागांना सरळ छत होतं -- आमचं स्वयंपाकघर आणि दुकानाबाहेरची पडवी. बाकीच्या घरावर एक मजला होता आणि त्यावर एक मोठा माळा. त्या काळात नको असलेल्या वस्तू लगेच बाहेर फेकून द्यायची पध्दत नव्हती, तर ती वस्तू माळ्यावर टाकली जायची. तिथे जाण्यासाटी शिडी लावावी लागायची. मी तिथे कधीच गेलेली नाही. कुणीच बायका चढून तिथे गेल्याचं मी पाहिलेलं नाही.

मला माहिती होता तो त्याखालचा, आमच्या पहिल्या मजल्यावरचा माळा, जिथे कवडसे सापडत. ती एक जादुई जागा होती. तिथे बरंच काही सामान असायचं, पण ते साठवणीचं. तेव्हा पावसासाठी वस्तू साठवून ठेवायची पध्दत होती. उन्हाळा आला की गहू, डाळी, वाल, इतर धान्य, चिंच शिवाय पापड लोणची अशा अनेक वस्तू साठवल्या जात. मोठी लोखंडी पिंप आणि मोठ्या बरण्यांतून या वस्तू भरल्या जात. एका लांब बांबूवर कांद्याच्या माळा, जवळजवळ वर्षभर पुरतील एवढ्या, लटकवलेल्या असत. त्या काळातच मी चिंचेचे गोळे बनवायला शिकले. आमच्या चिंचेच्या झाडाला बरीच भरपूर चिंच यायची. ती काढून वाळवायची, मग ती फोडायची, वाळवून काटळल्यावर मीठ लावून तिचे गोळे करायचे. पापड, लोणची कशी बनवायची हे सुध्दा मी सहजतेने बघूनबघून शिकले. त्यावेळी मोहरी सुध्दा, पाट तिरका धरून, साफ करावी लागायची. सगळी धान्य निवडावी लागत. त्यामानाने आता स्वच्छ वाणसामान मिळतं. तयार वस्तू मिळतात. गहू आणून गिरणीत दळायला न्यावे लागत नाहीत. आता तर पिठाची गिरणी कुठे आहे ते सुध्दा मला माहित नाही.

घरात बनवलेलं पानात वाढलं जायचं आणि पानात वाढलेलं खायचच, या वळणामुळे घरात बनेल ते सगळं खायची सवय लागली. आमच्या मोठ्या घरात वरच्या मजल्यावर झोपाळा होता आणि आजूबाजूची मुलं जमा करून त्यावर बसून मोठा झोका घेणे हा आनंदाचा भाग होता. घरांची दारं सकाळ झाल्यावर उघडायची ती रात्री बंद होत. आम्ही बाजारपेठेत रहात असल्याने आजूबाजूला गुजराथी, मारवाडी, जैन अशी खूपशा पंथांची लोकं रहात होती. शेजारच्या मारवाडी मामीकडे जाऊन तिने बनवलेली चिमट्याची भाकरी मागून खाताना त्यातही मोकळेपणा होता आणि समोरच्या भाभीकडे जाऊन तिने बनवलेली खिचडी आणि मोठ्या जाड्या लाल मिरच्यांचं गोडसर लोणचं खाताना मज्जा वाटायची. भाभीच्या दोन्ही मुली आमच्याकडे झोपाळ्यावर बसायला म्हणून येत, विशेषत: धाकटी, पुष्पा, आणि "मला चिंच दे ना ग थोडीशी" असं म्हणून माळ्यावरच्या बरणीत भरून ठेवलेली चिंच मागून घेऊन मिटक्या मारत खात बसे. बरोबर मी देखील खात असे. काळाच्या ओघात आता काहीच फार साठवण्याचे दिवस राहिले नाहीत आणि पुष्पा पण राहिली नाही.

माझी सगळ्यात जास्त जवळ राहणारी मैत्रिण मीरा पळणिटकर आता नाही. ती राहायची ते घर आता फार जुनं दिसतंय. तिच्या घराच्या अंगणात मी खूप खेळली आहे. तिच्या घराच्या बाजूच्या जागेत एक सतीचा दगड होता, तो आहे का आता, माहित नाही. घराच्या लहान गेटवर सायलीचा वेल होता. रोज संध्याकाळी खूप फुलांनी तो सजायचा आणि बाजूच्या वातावरणात सुवास भरून राहायचा. तिची आई येणा-या जाणा-याने फुलांना हात लावला तरी रागवायची पण कधी कधी मला फुलं काढू द्यायची. माझ्या घराइतकच मला तिचं घर, मागचं अंगण, आवळ्याचं मोठं झाड, गुलबाक्षीची फुलं, दुर्वा, अळूची पानं आणि तिच्या तिन्ही बहिणी हे आठवतं. माझ्या सगळ्या मैत्रिणींच्या आया मला आठवतात. घरं आठवतात. शैला लेले, वासंती टिल्लू, निर्मल देशमुख, ऊजू जोशी, या माझ्या अगदी शिशुपणापासूनच्या मैत्रिणी. नंतरच्या काळात सुरेखा घाटगे, नूतन मंगेशकर, मंगल ठाकूर, मंगल जवळेकर,

उषा पाथरे, काशी माटे, नलू टिल्लू, नर्मदा टिल्लू अशा अनेक मैत्रिणी भोवती जमा झाल्या आणि त्या माझ्या भावविश्वाचा भाग झाल्या. तशाच राहिल्या. आजही अभिमानाने सांगू शकते की त्या आहेतच माझ्याबरोबर. त्यांच्या आठवणी माझ्या मनातल्या माळ्यावर व्यवस्थित साठवून ठेवलेल्या आहेत. जशा माझ्या भावाच्या, बहिणीच्या बाबतच्या, आई – वडिलांच्या आठवणी साठवल्या आहेत. मग एखाद्या दिवशी जेवण फारसं चांगलं नसेल कसं छानसं लोणचं जोडीला घेतो, तसंच एखादा दिवस आळसवाणा असेल तर मनात आलं की त्या तिथे जाऊन तसंच एक वा खूप सा-या आठवणी काढून त्याच्या गोतावळ्यात बसावसं वाटतं.

सुरेखा डॉक्टर झाली त्यामुळे फोनवर बोलताना त्याचा डोकावणारा गंध व काळजीयुक्त सल्ला हे जाणवत असताना देखील तिचं घर, साडीतला शेलाटी बांधा आणि मोठे मोठे भावुक डोळे आठवतात. शैला राज्य पुरस्कार प्राप्त शिक्षक झाली आदर्श शिक्षक झाली तरी तिच्या तळहाताला कायमस्वरूपी येणारा घाम कमी झाला नाही. ती अजूनही काहीकाही शिकते आणि कसकसल्या परीक्षा देत असते. अंजू बँकेतून रिटायर झाली आणि अजूनही भरतकामाचा शौक संभाळते आहे. आताही छान दिसणं जमवलंय तिने. नूतनने बँकेतली नोकरी पूर्ण केली आणि आता ती आदर्श गृहिणी आहे. नातवाच्या करीयरकडे लक्ष केंद्रीत करते आहे. वासंती जरा लवकर आजारी झाली पण मुलीकडे जाण्यायेण्याचं मस्त जमवू शकते. ऊजू विचार करण्यापलिकडे बारीक झालीय पण जीवनाची धकाधकी पचवून पुढे जाते आहे. निर्मल तर आम्हाला अभिमान वाटावा असं समाज कार्य करते आहे. मीरा आणि मंगल जवळेकर दूर गेल्या आणि मग खूपच दूर कधी गेल्या ते कळलंच नाही. मंगल ठाकूर लग्न करून दूर गेली आणि आम्हाला विसरली. मैत्रिणी एका वाटेवर साथ सोडून गेल्या परंतु आता स्मार्ट फोनच्या जमान्यात पुन्हा भेटल्यात आणि खरं तर आताच त्यांच्या साथी – सोबतीची गरज आहे. नर्मदा आमच्याच शाळेची मुख्याध्यापिका झाली होती. काशी बँकेतलं ऑफिसरपण संपवून आता संस्कृतात प्रावीण्य मिळवून मोठे पूजापाठ करायला शिकली आहे. उषा एक

मस्त बंगला बांधून अलिबागमधे रहाते आहे आणि अती सुंदर अशी एक बाग फुलवते आहे. नलू आंब्याचा रस आटवते आणि आम्हाला देत असते. आणि सगळ्या एकमेकींना साथ आणि मानसिक पाठिंबा देत आहेत.

ज्याचं नांव मी त्याच्या जन्माआधीच ठरवलं तो भाऊ विजय, आता खरंच मोठा झालाय. आणि बहिण लग्न करून दूर गेली आहे. आईचे आशिर्वाद डोक्यावर आहेत. माझं अलिबागचं नवीन घर पुढच्या व त्यापुढच्या पिढीतल्या मुलाबाळांनी भरलेलं आहे. जुनं घर अजूनही तिथेच आहे. शंभरच्या पुढे गेलं त्याचं वय पण चुन्यात बांधलेलं ते घर अजूनही दिमाखात उभं आहे आणि घरात कुठे ना कुठे कवडसे पाडतं आहे.

******

Printed in the USA
CPSIA information can be obtained
at www.ICGtesting.com
LVHW011049210923
758625LV00015B/1266

9 789357 048231